पक्ष्यांचे लक्ष थवे

ना. धों. महानोर यांची साहित्यसंपदा

कवितासंग्रह

रानातल्या कविता (१९६७)
वही (१९७०)
पळसखेडची गाणी (१९८२)
पावसाळी कविता (१९८२)
पक्ष्यांचे लक्ष थवे (१९९०)
प्रार्थना दयाघना (१९९०)
पानझड (१९९७)
गाथा शिवरायाची (१९९८)
तिची कहाणी (२०००)
जगाला प्रेम अर्पावे (२००५)
गंगा वाहू दे निर्मळ (२००७)
वाहटूळ (२०१३)

खंडकाव्य

अजिंठा (१९८४)

कादंबरी

गांधारी (१९८२)

व्यक्तिचित्रे

ऐसी कळवळ्याची जाती (१९९७)

कथासंग्रह

गपसप (१९७२)
गावातल्या गोष्टी (१९८१)

पक्ष्यांचे लक्ष थवे
(म-७०८)
पॉप्युलर प्रकाशन
ISBN 978-81-7185-391-5

PAKSHYANCHE LAKSHA THAVE
(Marathi : Poetry)
Ed.: Uttam Ksheersagar

पहिली आवृत्ती : १९९०/१९११
पुनर्मुद्रण : १९९७/१९१९
दुसरे पुनर्मुद्रण : २०२३/१९४५

प्रकाशन
अस्मिता मोहिते
पॉप्युलर प्रकाशन प्रा. लि.
३०१, महालक्ष्मी चेंबर्स
२२, भुलाभाई देसाई रोड
मुंबई ४०० ०२६

अक्षरजुळणी
कॅलिकॉम्प फोटोटाइपसेटर्स
चरई, ठाणे ४०० ६०१

मुद्रक
रेप्रो इंडिया लि.
लोअर परेल, मुंबई ४०००१३

पक्ष्यांचे लक्ष थवे

(ना. धों. महानोर यांच्या शंभर जुन्या-नव्या कविता)

ना. धों. महानोर

पॉप्युलर प्रकाशन, मुंबई

अनुक्रमणिका

संपादकाचे सुरवातीचे शब्द

ना. धों. महानोर ह्यांचे आजपर्यंत 'रानातल्या कविता', 'वही', 'पावसाळी कविता' आणि 'अजिंठा' असे चार कवितासंग्रह प्रकाशित झालेले आहेत, आणि या संकलनासोबतच 'प्रार्थना दयाघना' हा पाचवा संग्रह प्रकाशित होत आहे. अनेक वर्षांपासून आम्ही त्यांची कविता वाचत आलो आहोत. त्यांच्या कवितेवर मराठीत बरीच समीक्षा लिहिली गेली तीही आम्ही उत्सुकतेने वाचली आहे. मराठी काव्याच्या प्रवासाचा आढावा घेणारे लेख अधूनमधून येतात तेही वाचले आहेत. महानोरांच्या कवितेकडे आणि एकूणच मराठी कवितेकडे बघण्याची मराठी समीक्षकांची पद्धत आम्हाला कायम अस्वस्थ करीत आली आहे. कारण ही पद्धत बरीचशी एकांगी व सामान्य वाचकास कवितेपासून जास्तच दूर नेणारी होत चालली आहे असे आम्हास तीव्रपणे वाटत आले आहे. ना. धों. महानोरांच्या संपूर्ण कवितांमधून निवडक शंभर कवितांचे एक संकलन काढावे व त्यासोबतच ह्या कवितांचे मोल सोप्या पद्धतीने व सर्वांगाने विशद करणारी प्रस्तावना लिहावी असा विचार अशा अस्वस्थतेतूनच आकार घेत गेला. तसेच ह्या निमित्ताने कविता, कवितेची आजची स्थिती, आपली काव्यपरंपरा व आजची कविता ह्या बाबींचा महानोरांची कविता समोर ठेवून उहापोह करावा व चांगली कविता व सामान्य वाचक यांचा सांधा जुळण्यास थोडीफार मदत करावी, ह्या धारणेतूनच हे संकलन तयार झाले आहे. महानोरांच्या कवितेवर अद्‌भुत प्रेम करणारे पॉप्युलर प्रकाशनाचे श्री. रामदास भटकळ यांनीही अत्यंत तत्परतेने हे अंमलात आणले ह्याबद्दल त्यांचे आम्ही मनस्वी आभार मानतो. स्वतः श्री. महानोर यांनी त्यांच्या सुमारे २५ नव्या असंकलित कविता उपलब्ध करून दिल्या. या संकलनाची मुद्रणप्रत तयार करण्याच्या कामी प्रा. रामराव राजपूत (सोयगाव) व श्री. रमेश राऊत (मुंबई) यांचेही मोलाचे सहकार्य लाभले. ह्या सर्वांचेच मनस्वी आभार !

— प्रा. उत्तम क्षीरसागर

विद्युत अभियांत्रिकी विभाग
शासकीय अभियांत्रिकी महाविद्यालय
औरंगाबाद ४३१ ००१.

प्रस्तावना

ना. धों. महानोर यांचा पहिला कवितासंग्रह 'रानातल्या कविता' पॉप्युलर प्रकाशनने १९६७ साली प्रकाशित केला. तेव्हापासून ते आजतागायत महानोर अव्याहतपणे कविता लिहीत आहेत. 'रानातल्या कविते'नंतर आजपर्यंत त्यांचे 'वही', 'पावसाळी कविता', आणि 'अजिंठा' हे कवितासंग्रह प्रकाशित झाले आहेत. महानोर हे मुळातच कविप्रकृती लाभलेले व्यक्तिमत्त्व आहे. कविता हा मूलभूत व खोलवर परिणाम करणारा व त्यामुळेच सर्वश्रेष्ठ साहित्यप्रकार आहे. पण वाचकांच्या बाजूने न्याहाळल्यास कविता ह्या साहित्यप्रकाराच्या मर्यादांची जाणीव हळूहळू होऊ लागते. शिवाय प्रत्येक साहित्यप्रकाराला अंगभूतच अशा काही मर्यादा असतातच. कविता हा साहित्यप्रकारही ह्यास अपवाद नाही. ह्या सर्व बाबींची जाणीव असलेला साहित्यिक आंतरिक निकडीच्या रेट्यापोटी आणि असंख्य वाचकांच्या आस्थेपोटी इतर साहित्यप्रकारही हाताळण्याचा प्रयत्न करतो. महानोर यांनीही दरम्यानच्या काळात 'गांधारी' ही कादंबरी आणि 'गावातल्या गोष्टी' हा कथासंग्रह रचलेला आहे. मूलतः कविप्रकृती असलेला लेखक जेव्हा इतर साहित्यप्रकार हाताळावयास लागतो तेव्हा अनेक गमती घडतात. चांगला लेखक हा रचनातंत्राच्या आहारी जाणारा नसतो. त्यामुळे इतर साहित्यप्रकारांच्या रचनातंत्रांची मोडतोड अथवा त्यांचे नवीनच स्वरूप अशा लेखकांच्या हातून आपोआप अथवा हेतुपुरःसर घडू शकते. असे घडले की रचनातंत्राच्या चष्म्यातून पाहणारे समीक्षक चक्रावून जातात आणि अशा साहित्याबद्दल एक तर चुकीचे बोलू लागतात, किंवा मग उत्तम मार्ग म्हणजे बोलायचेच टाळतात. अस्सल तेजस्वी आणि प्रामाणिक लेखकांच्या कृती ह्या त्यांच्या तेजस्वी व्यक्तिमत्त्वाच्या गाभ्याचा स्पर्श घेऊनच बाहेर पडलेल्या असतात. मानवी संस्कृतीच्या अनेक अंगांपैकी साहित्य हे एक अत्यंत पवित्र अंग आहे आणि ह्या अंगाच्या जोपासणीसाठी ह्या क्षेत्रात इतर प्रलोभनांपासून अत्यंत सावध असणे आवश्यक असते ह्याची जाणीव लेखकांनी विसरता कामा नये. अन्यथा संस्कृतीच्या इतर अंगांप्रमाणे हे मूलभूत अंगसुद्धा आतून पोखरले जाऊन मानवी संस्कृतीस कीड लागण्याची शक्यता असते. ह्या बाबी तात्काळ लक्षात येण्यासारख्या नसल्या तरीही संस्कृतीचा विचार हा आम्हास तरी अपरिहार्य वाटतो. एक लेखक

जेव्हा अनेक साहित्यप्रकार हाताळतो तेव्हा तो लेखक जर अस्सल, प्रामाणिक आणि गंभीर असेल तर सर्व साहित्यप्रकारांतून त्याचे एकच व्यक्तिमत्त्व विविध पैलूंसह प्रकाशताना दिसेल. हे होण्यासाठी भलेही साहित्यप्रकाराच्या मर्यादा विस्तारणे, शैली बदलणे, रचनातंत्रात बदल घडणे आदी गोष्टी घडू शकतात. कारण अस्सल लेखकाची आतंरिक ऊर्मी व ऊर्जा इतकी प्रचंड असते की ह्या बाबी होणे अपरिहार्यच असते. महानोरांच्या कथा, कादंबरी व कविता ह्यांचे सूक्ष्म अवलोकन केल्यास ह्या बाबींची जाणीव प्रगल्भ समीक्षकास निश्चितपणे होईल. आणि आम्हास असे वाटते की अशा प्रकारचा विस्तृत अभ्यास करणे साहित्यिक संस्कृतीची उंची व जागृत वाचकांच्या साहित्यिक अभिरुचीची खोली वाढवण्यासाठी आवश्यकच आहे.

महानोरांच्या समग्र कवितेचा सर्वांगीण विचार करण्याअगोदर आपल्या साहित्यक्षेत्रात कवितेची स्थिती, कवितेची आणि वाचकांची झालेली फारकत, कविता ह्या साहित्यप्रकाराबद्दल समीक्षकांनी करून ठेवलेले गैरसमज आणि त्यांचा संपूर्ण काव्यक्षेत्रावर झालेला गंभीर परिणाम इत्यादी बाबींचा थोडक्यात परामर्श घेतल्यास तो अधिक उपयोगी ठरेल असे आम्हास वाटते..

आज कवितेच्या क्षेत्रात एक विचित्र अवस्था दिसून येत आहे. कवींची संख्या भराभर वाढत आहे, पण त्याचप्रमाणात गंभीरपणे कवितेची नोंद घेणाऱ्या वाचकांची संख्या ही दुर्दैवाने घटत आहे. ह्या अवस्थेस कवी, समीक्षक आणि वाचक असे सर्वजणच जबाबदार आहेत असे आम्हास वाटते. परंतु जबाबदारीचे मोजमापच करावयाचे झाल्यास समीक्षक आणि कवी जास्तच जबाबदार असावेत असा आमचा कयास आहे. ह्या बाबींची समग्र कारणमीमांसा करीत बसावयाची ही जागा नव्हे, पण एकदोन बाबींचा उल्लेख मात्र आवश्यक आहे.

साधारणतः बा. सी. मर्ढेकर यांच्या कवितेनंतर कवी आणि वाचक ह्यांच्यातली दरी वाढत गेली आहे असे कवितेच्या अभ्यासकांच्या लक्षात येईल. मर्ढेकरांनंतर मराठी कवितेच्या क्षेत्रात दुर्बोधतेचा शिरकाव झाला. त्यामुळे सामान्य वाचक बिचकून गेला. वाचकाला सहजासहजी कवितेचा अर्थ उमगेनासा झाला. कविता हा साहित्यप्रकारच आपल्या आवाक्याबाहेरचा आहे अशी त्याची ठाम समजूत झाली. आणि त्याची अशी समजूत होऊ देण्यास मराठीतले कवी, समीक्षक आणि साहित्यिक मासिकांचे संपादक ह्यांचा बराच मोठा वाटा होता असे दिसून येते. आमच्या

परिचयाचा एक अत्यंत जागरूक व संवेदनशील असा सामान्य वाचक आहे. मराठी, हिंदी आणि इंग्रजी अशा तिन्ही भाषांमधील अत्यंत महत्त्वाच्या साहित्यकृती तो अधाश्यासारख्या वाचत असतो, पण तो चुकूनही कवितेच्या नादी लागत नाही. प्रस्तुत वाचकाने अनेकदा क़बूल केले आहे की कविता आणि चित्रकला हे घनघोर प्रांत असून त्यातील काहीही आपणास उमगत नाही. इतर साहित्यावर सखोल चर्चा करू शकणाऱ्या ह्या सामान्य वाचकास कवितेचेच फक्त वावडे असावे ह्याचे आम्हास नेहमीच दुःख होत आलेले आहे. अशा पद्धतीने एखाद्या साहित्यप्रकाराबद्दल वाचकांची उदासीनता वाढतच गेली तर तो साहित्यप्रकार खुरटा होण्याची शक्यता नाकारता येत नाही.

वाचकांच्या बाजूने पाहिले तर एक गोष्ट स्पष्ट दिसते की कवितेची व्याख्या, तिचे स्वरूप, तिचा घाट, तिचे घटक, तिची अनेकार्थक्षमता आणि निरर्थकता इत्यादी बाबींचा तात्त्विक काथ्याकूट करीत बसण्यात, वा कोणी तसे करीत असेल तर शांतपणे, धीर धरून तो काथ्याकूट समजवून घेत बसण्यास वाचकाला स्वारस्य नसते. समजा यदाकदाचित वाचकाने त्यात लक्ष घातलेच तर, आणि तरीही प्रत्यक्ष त्या आधारांवरून कवितेकडे बघावयाचा गंभीर प्रयत्न केल्यास शेवटी त्याच्या पदरात निराशाच पडली तर अशा सामान्य वाचकास दोषी धरण्यात काहीच हशील नाही. केशवसुतांपासून सुरू झालेला पाश्चात्य काव्यप्रकार आणि काव्यविचार ह्यांचा परिणाम मराठी काव्यविश्वावर मर्ढेकरांनंतर अत्यंत दृढ होत गेला. पुढेपुढे तर मराठी साहित्यक्षेत्रात अशी काही प्रमेये रूढ करण्यात आली की मराठी काव्यास काही एक परंपरा आहे ह्या बाबीची आठवण करून द्यायची गरजच निर्माण झाली.

मराठी साहित्यक्षेत्रात 'कलेच्या स्वायत्तते'च्या सिद्धान्तामुळे इतर साहित्यप्रकारां-पेक्षा सर्वात जास्त हानी काव्यक्षेत्राचीच झाली ही वस्तुस्थिती आहे. ह्या सिद्धान्तामुळे साहित्याचा जगण्याशी नाईलाज म्हणूनच संबंध राहिला. साहित्यातला जिवंतपणा नाहीसा झाला. साहित्यिकाची प्रचंड मानवी आस्था, जीवनवृत्ती, उत्तुंग व्यक्तिमत्त्व, व्यक्तिमत्त्वातील नावीन्य आणि वेगळेपण आणि त्यांचे साहित्यातून उमटणारे पडसाद ह्या अत्यंत महत्त्वाच्या बाबी उपऱ्या व अनावश्यक ठरवण्यात आल्या. कवितेच्या क्षेत्रात ह्या सिद्धान्तांबरोबरच कवितेची अत्यंत तकलादू व सौंदर्यशास्त्रीय व्याख्या करण्यात आली आणि काव्याला एका भाषिक खेळाच्या पातळीवर आणून सोडण्यात आले. कविता ही प्रतिमांची बनलेली असते, कविता म्हणजे प्रतिमांची

सेंद्रीय रचना असते अशी सोपी आणि ठाम व्याख्या कवितेच्या माथी मारण्यात आली. खरे तर साहित्यात इतक्या ठामपणे व्याख्या करण्याचे उद्योग गैर असतात. कारण कुठलीही ठाम व्याख्या खोटी ठरवणारे साहित्य निर्माण होऊच शकते आणि ते व्याख्येबरहुकूम बेतलेले नसले तरीही त्याच्या वाक्यावाक्यातून साहित्यिकाचे जगणे उसळत असल्यामुळे ते नाकारणे समीक्षकांना कठिण जाते. शिवाय समजा, जरी समीक्षकांनी ते नाकारले तरीही असे अस्सल साहित्य वाचकांशी आपले नाते समीक्षकांच्या नकळत जोडून जाते.

प्रनिमंच्या सिद्धान्तास अवाजवी प्रतिष्ठा मिळाल्यामुळे मराठी काव्याच्या क्षेत्रात प्रतिमांचा मुळसुळाट झाला. ह्या प्रतिमांच्या उतरंडींची संगती लावून अर्थ शोधण्याचे प्रयत्न करण्यात आपले समीक्षक धन्यता मानू लागले. शेवटी शेवटी तर अशीही परिस्थिती आली की आपली सर्व बुद्धी आणि परदेशी ग्रंथसंपदा पणाला लावूनही अर्थ निघेनासे झाले तेव्हा कवितेला अर्थ असण्याची गरजच नसते असा अटळ सिद्धान्तही रूढ करण्यात आला. त्यामुळे मराठी कवितेचे स्वरूप प्रतिमांची निरर्थक रचना ह्या थरावर येऊन पोहोचले. कवीचे व्यक्तिमत्त्व, त्याचा जीवनविषयक दृष्टिकोण, त्याच्या संपूर्ण काव्यातून साधला जाणारा व वाचकांवर खोल परिणाम करणारा अस्तित्वविषयक भावनिक आघात ह्या महत्त्वाच्या गोष्टी आहेत. ह्याचा मराठी काव्यक्षेत्राला विसर पडला. ह्या सर्व परिस्थितीत भरीस भर म्हणून की काय, प्रस्तुत परिस्थिर्नास पोषक आणि समीक्षक-कवी ह्यांना प्राप्त स्थितीत सोईचे असे जीवनविषयक तत्त्वज्ञानही पाश्चात्यांकडून आयात करण्यात आले. हे अस्तित्ववादी तत्त्वज्ञान आपल्या मराठी काव्यक्षेत्रात निर्माण झालेल्या उतरणीवर भ्रष्ट तुटपुंज्या निर्जीव अवस्थेत विसावले आणि मराठी कवितेत एकसुरी दळणाची घरघर सुरू झाली. पाश्चात्य देशात एका विशिष्ट सामाजिक-मानसिक परिस्थितीत अपरिहार्यपणे निर्माण झालेले व सतत विकसित होत जाऊन शेवटी समाजातील मानवी संबंध सुकर आणि सुसंवादी कसे होतील ह्या गहन आणि मूलभूत मानवी समस्येकडे आस्थेने पाहण्यात दंग झालेले हे तत्त्वज्ञान अर्धवट स्थितीत आपल्याकडे आयात केल्यामुळे गंभीर समस्या निर्माण झाली. आपल्याकडे कवितेत ह्या तत्त्वज्ञानाचे प्राथमिक भ्रष्ट स्वरूप उगाळण्यातच सर्वांना आधुनिकतेच्या अधोगामी मिश्या फुटल्याचा फुसका पुरुषार्थ वाटू लागला. शिवाय फ्रॉइडचा मनोविश्लेषणाचा

मानसशास्त्रीय सिद्धान्त ह्या परिस्थितीला अत्यंत पोषक ठरणे साहजिकच होते. त्यामुळे तमाम कवी-समीक्षकांची अबोध मने जागृत झाली आणि मूलतः रोमँटिक प्रवृत्तीचे व्यक्तिमत्त्व असलेल्या आपल्या कवींच्या अबोध मनांतून निरर्थक आणि आयुष्यालाही अर्थशून्य ठरवणाऱ्या विकृत प्रतिमा भळभळू लागल्या. त्यामुळे आपोआपच ह्या प्रतिमांची मानसशास्त्रीय व तत्त्वज्ञानात्मक चर्चा करण्यातच आपल्या समीक्षकांची शक्ती खर्च होऊ लागली. ह्या सर्व मालमसाल्यास आधुनिकतेचे नाव देऊन त्याची प्रतिष्ठापना करण्यात आली आणि ह्या बाबींचा लवलेशही नसलेली अस्सल साहित्यनिर्मिती करणाऱ्यांना व आपल्या मूळ परंपरेशी इमान राखणाऱ्यांना 'आधुनिक' नाहीत या सबबीखाली दुर्लक्षून मारण्याचे उपद्व्याप आपल्या चतुर साहित्यिकांनी सुरू केले. याचा एवढा खोल परिणाम झाला की अशा अस्सल, प्रामाणिक व गंभीर साहित्यिकांच्या साहित्याची दखल न घेण्याचे प्रयत्नही मधल्या काळात प्रतिष्ठा पावत गेले. ह्या प्रकाराची धडधडीत उदाहरणेसुद्धा देता येतील. कवितेच्या क्षेत्रात ना. धों. महानोर, कथेच्या क्षेत्रात व्यंकटेश माडगूळकर व श्याम मनोहर, कादंबरीच्या क्षेत्रात भाऊ पाध्ये व भालचंद्र नेमाडे वगैरे. मराठी साहित्यक्षेत्रातली ही व्यक्तिमत्त्वे इतकी स्वयम्भू आहेत, इथल्या मातीत खोल मुळ्या पसरवून विस्तारलेली व म्हणूनच अविचल आणि आंतरिक ऊर्जा असलेली, आणि मानवी आस्थेचा प्रचंड स्रोत असलेली आहेत की इथल्या प्रस्थापित कुचकामी वावटळीसमोर छातीठोकपणे उभे राहण्याची क्षमता त्यांच्यात सहजपणेच निर्माण झालेली आहे. मराठी साहित्यामध्ये निर्माण झालेली अवनती ही समीक्षकांच्या चुकीच्या प्रमेयांचे व साहित्यिकांच्या समीक्षेला शरण जाण्याच्या वृत्तीचे द्योतक आहे. समीक्षक अत्यंत निर्भिड, जिज्ञासूवृत्ती जोपा रा, अनाग्रही, चतुरस्र, समाजात माणूस म्हणून जगताना संघर्षरत असलेला, मूलभूत मानवी समस्यांचा ध्यास असलेला, जगण्याच्या संदर्भातील समस्यांशी कायम कृतिशील नाते ठेवणारा असावा लागतो. तसे नसेल तर सांस्कृतिक हानी आणि महत्त्वाचे म्हणजे अत्यंत चुकीची बांडगुळी सांस्कृतिक परंपरा उभी करण्याचे व जोपासण्याचे उपद्व्याप त्याच्या हातून घडण्याची शक्यता असते.

मराठी काव्याला खरे तर संतसाहित्याची उज्ज्वल परंपरा होती. ह्या परंपरेने काव्याची जगण्याशी असलेली अतूट बांधिलकी कधीही सोडली नव्हती. त्यामुळे ह्या परंपरेत जिवंतपणा, तळमळ, सच्चेपणा, वैयक्तिक तीव्रतेतून आपोआप येणारी

समाजप्रवणता, मानवी अस्तित्वाला हात घालण्याची व त्याला अर्थ प्राप्त करून देण्याची किमया इत्यादी निरोगी काव्यपरंपरेसाठी आवश्यक घटक होते. थोडीफार दुर्बोधता ह्या परंपरेतही आध्यात्मिक अनुभवांना शब्दरूप देण्याच्या प्रयत्नांतून निर्माण झालेली असेल, पण त्या दुर्बोधतेची प्रत वेगळी होती. एकसंध अनुभवातील ती दुर्बोधता आणि आज प्रतिमांची रचना करण्यातून एकसंध अर्थपूर्ण अनुभव हरवून जाण्यामुळे अनायास आलेली दुर्बोधता ह्या दोहोंत मूलभूत फ़रक आहे. आपल्या सशक्त परंपरेतील महत्त्वाचे गुण आत्मसात करून आधुनिक समस्यांना सामोरे जाण्याचे प्रयत्न मराठी काव्यक्षेत्रात काही कवींनी प्रस्थापित कृत्रिम काव्यपरंपरेला न जुमानता नेटाने केलेले आहेत आणि अशा कवींत मनोहर ओक, भालचंद्र नेमाडे, ना. धों. महानोर, अरुण कोलटकर व चंद्रकांत पाटील यांचा समावेश करावा लागेल. आपल्या मूळ सशक्त परंपरेशी नाते सांगण्याच्या प्रकारातही अनेक गमतीजमती आज बघावयास मिळतात. खरे तर ह्या परंपरेचे जे महत्त्वाचे गुण आम्ही वर सांगितले आहेत त्यांचा संबंध आंतरिक तळमळ, ऊर्जा आणि जगण्याशी संबंध न तोडण्याशी आहे. पण आज काही कवी निव्वळ बाह्यांगाने ह्या परंपरेशी नाते जोडण्याचा जो प्रयत्न करीत आहेत तो आम्हास हास्यास्पद वाटतो. संतपरंपरेतील रचना छंदोबद्ध असत म्हणून जर आज कोणी छंदोबद्ध रचना करून त्या परंपरेशी नाते जोडू म्हणेल तर त्याला काहीही अर्थ नाही. आज निव्वळ एखाद्या लयीत असंबद्ध प्रतिमांची रेलचेल करून कविता रचणाऱ्या ग्रेस ह्या कवीचे निव्वळ रचनेची लयबद्धता ह्या बाह्यांगाने ना. धों. महानोर ह्यांच्यासोबत नाव घेतले जाते तेव्हा आम्ही चक्रावूनच जातो. काव्यक्षेत्रात अंतरंगाला महत्त्व असते ह्याचा विसर पडला की असे होणे स्वाभाविकच आहे.

कालमानानुसार कवितेचे स्वरूप, तिच्या प्रयोजनासंबंधीच्या धारणा इत्यादी बाबींत बदल होणे क्रमप्राप्तच होते आणि तसा बदल झालेलाही दिसतो. तरीपण हे बदल आम्हास वरवरचे वाटतात. मूलतः काही बाबी कवितेच्या संदर्भात कायम असल्याचेच दिसून येते. कवी हा तर चारचौघांसारखाच समाजात वावरणारा माणूस असतो. प्रत्येक माणूस जेव्हा समाजात एका भौगोलिक परिस्थितीत वावरत असतो तेव्हा त्याचा अनेक गोष्टींशी संबंध येत असतो. खरे तर आपण असतो याचाच अर्थ आपण कशाशी तरी संबंध स्थापूनच असतो. हे सर्व संबंध स्वतःस आणि संबंधितास

सुकर व सुसंवादी व्हावेत हीच सुजाण व जबाबदार व्यक्तिमत्वाची धडपड असते. त्यासाठी स्वतःच्या अस्तित्वाचा आणि त्या अस्तित्वाचा इतर अस्तित्वांशी येणाऱ्या संबंधांचा अविरत शोध घेत राहणे व त्यानुसार संबंध-बंधाचे प्रयोग करीत राहणे त्याला आवश्यकच असते. इतक्या जागरूकपणे जगणारी माणसे (मग ती सुशिक्षित असोत की अशिक्षित) हा मानवी संस्कृतीचा ठेवा असतो. साहित्यव्यवहारापुरते बोलावयाचे झाल्यास अस्तित्वविषयक आणि संबंध-बंधविषयक जाणीव ठेवून डोळसपणे जगणारी माणसे कवी, समीक्षक आणि वाचक ह्या तिन्ही भूमिका वठवताना दिसतात. ह्यात जगण्याची ही भूमिका हा ह्या तिघांना सांधणारा एक समान दुवा असतो. ह्या प्रकारची माणसे एकाच ध्यासाने जगत असल्याने त्यांचे निष्कर्ष व पद्धती वेगळ्या असल्या तरी एकमेकांस जास्त चांगल्याप्रकारे समजून घेऊ शकतात. म्हणूनच अशा प्रकारच्या कवीस तसाच ध्यास असलेला समीक्षक लगेच समजून घेऊ शकतो आणि अशा प्रकारच्या वाचकासही अशा कवींना व समीक्षकांना समजून घेणे फारच सुकर होते. त्यांना एकमेकांच्या 'अंतरीच्या खुणां'चा साक्षात्कारच होतो. ते अस्सल साहित्य आणि नकली व फुसका आविर्भाव आणून निर्मिलेले साहित्य ह्यांतील फरक तात्काळ समजू शकतात. ज्यांच्या मनात अस्तित्व, त्याचा अर्थ, त्याचे संबंध ह्यांविषयी कधी विचार किंवा भावनाच जागृत होत नाहीत ते इतर प्रलोभनापायी कवी, समीक्षक आणि वाचक बनतातही, परंतु त्यांचा संस्कृतिसंवर्धनास काडीचाही उपयोग नसतो. ह्या शोधकार्यात कवी, समीक्षक आणि वाचक एकमेकांस पूरक असेच कार्य करीत असतात. इथे कवी आणि समीक्षकांना अस्तित्वविषयक प्रश्न पडणे ठीक आहे पण सामान्य वाचकाकडून अशा अपेक्षा करणे म्हणजे जरा जास्तच आहे, अशी शंका उपस्थित होणे शक्य आहे. पण ह्या संदर्भात एक बाब आपण ध्यानात घेणे आवश्यक आहे की अस्तित्वविषयक प्रश्न पडणे हे माणसाचे संचितच आहे. कुठलाही माणूस जन्मतःच कवी वा समीक्षक म्हणून जन्माला येत नाही. असले अस्वस्थ आयुष्य जगताना येणाऱ्या अनुभवांची ऊर्मीच इतकी प्रचंड असते की ती कुठल्या ना कुठल्या साहित्यप्रकाराचे रूप घेऊन शब्दांतून आपोआप प्रकट होते. ह्या ऊर्मीतून कवी व समीक्षकच काय पण धर्मसंस्थापकसुद्धा निर्माण होऊ शकतात.

कविता ह्या साहित्यप्रकारात अनेकविध शक्यता सामावलेल्या आहेत. नुसत्या मराठी काव्यक्षेत्राचा विचार केला तरी विविधतेचा एक मोठाच पट आपल्यासमोर येतो. अगदी गीतकाव्य ह्या अतिप्राचीन काव्यप्रकारापासून ते नुसत्या चिन्हांची मांडणी करून केलेल्या कवितेपर्यंतची विविधता आज ह्या क्षेत्रात आपल्या नजरेस येते. ह्या विविधतेचा एकत्रितपणे विचार करणारी अथवा ह्या विविधतेतील चांगले-वाईट, टिकावू आणि टाकाऊ ठरवणारी काव्यविषयक भूमिका काव्यक्षेत्राबद्दल बोलणारास घेणे भाग पडते. 'कविता म्हणजे प्रतिमांची सेंद्रीय रचना' असा जो एक एक विचार कवितेबद्दल हळूहळू मराठी साहित्यक्षेत्रात रूढ करण्यात आला आहे, त्यामुळे नवकवितेचे तुटपुंजे समर्थन व पाश्चात्त्य सौंदर्यशास्त्रातील कधीकाळच्या एकांगी सिद्धान्तांची विनाकारण तोंडओळख ह्या पलीकडे काहीच साध्य होऊ शकत नाही. खरे तर काव्यविषयक भूमिकेच्या जाणिवेतून वाचकांची आकलनशक्ती वाढून अभिरुची संपन्न व्हावयास पाहिजे. इतकेच नव्हे तर कवींनासुद्धा ते या ना त्या प्रकारे सहाय्यभूत अथवा मार्गदर्शक ठरावयास पाहिजे. परंतु ह्या भूमिकेने वाचकांची आकलनशक्ती विनाकारण बुचकळ्यात पाडली व अशक्त कवींना प्रतिमांचे ढीग पाडण्याच्या कामी लावले गेले. शिवाय समीक्षकांनाही ह्या प्रतिमांची उकल करण्याचे गूढ काम असेल-नसेल ती बुद्धी वापरून करावयास भाग पाडले गेले. ह्या सिद्धान्तच्या समर्थकांनी चार ओळींच्या कवितेपासून ते महाभारतासारख्या महाकाव्यापर्यंतच्या सर्व कृती प्रतिमांची सेंद्रीय रचना असतात असा लंगोटीने सर्वांग झाकण्याच्या प्रयत्नाइतका केविलवाणा प्रयत्न केलेला आहे. ह्या प्रवृत्तीने काव्यातील जिवंतपणा नाहीसा केला, संघर्षरत जगण्यापासून कवितेची नाळ तोडली आणि शाब्दिक खेळाच्या पातळीवर कवितेसारख्या अतिपरिणामकारक साहित्यप्रकारास नेऊन बसवले. अस्सल आणि निरोगी मराठी काव्यपरंपरेस न मानवणारी असली काव्यविषयक भूमिका त्याज्य मानण्यावाचून गत्यंतरच नाही. प्रसिद्ध समीक्षक रा. श्री. जोग ह्यांनी केशवसुतांच्या एका कवितेचे विश्लेषण करून सदरहू कवितेत एकही प्रतिमा नाही म्हणून ही कविता अ-प्रतिम आहे असे सोदाहरण स्पष्ट करून दिलेले आहेच. गेल्या पंचवीस-तीस वर्षांपासून ह्या भूमिकेतून कवितेकडे बघण्याची खोड मराठी कवितेला व समीक्षेलाही चांगलीच बाधली असून त्यामुळे प्रचंड प्रमाणावर साहित्यिक-सांस्कृतिक हानी झालेली आहे.

वरील प्रतिमावादी भूमिकेमुळे कवितेचे कवीच्या जगण्याशी असलेले नाते बऱ्याच अंशी संपुष्टात आले आणि परिणामी खऱ्याखोट्याची जाणही कमकुवत झाली. साहित्य हे मानवी संस्कृतीचे एक अंग आहे आणि मानवी संस्कृती ही मानवाने निर्माण केलेली एकमेव मोलाची बाब आहे ह्याची जाणीव सतत बाळगणे आवश्यक आहे. मानवी संस्कृती सतत परिवर्तनशील असते आणि ही प्रक्रिया बाह्य विश्व व मानवी अंतरंगातील प्रेरणा, प्रज्ञा, इच्छाशक्ती, जिज्ञासा इत्यादींच्या संयोगातून सतत घडत असते. पशू आणि मानव ह्यांच्या जगण्यात फरक असतो. काही मूलभूत प्रेरणां-बरहुकूम पशू आपले आयुष्य कंठत असतात. माणसांचे तसे नसते. पशूंमधील मूलभूत प्रेरणा माणसांमध्येही असतातच, पण माणूस स्वसंवेद्य असतो आणि त्याला समाज निर्माण करूनच जगावे लागते. स्वसंवेद्यतेमुळे आपण आहोत, इतरही आहेत ही जाणीव त्याला कायम असते. आपण का आहोत, इतरांशी आपण कसे संबंध ठेवावेत, आपण का जगावे, हे विश्व काय आहे, विश्वातील वस्तूंशी आपले नाते काय इत्यादी बाबींचा हलकल्लोळ त्यामुळेच जगताना मानवी मनात सतत चालू असतो. म्हणूनच मानवी जगणे मूलभूत गरजा भागविल्यावरही कायमच अस्वस्थ आणि संघर्षमय असते. 'रात्रंदिन आम्हा युद्धाचा प्रसंग' असे उद्गार किती सार्थक आहेत ह्याची प्रचितीच जगण्यात येत असते. मानवाला समाज करून एकत्रित राहावे लागते आणि पशूकडून दत्तक मिळालेल्या मूलभूत प्रेरणा समाजजीवनास पोषक असतीलच ह्याची शाश्वती देता येत नाही. साहजिकच ह्या प्रेरणांना मुरड घालणे आणि समाजजीवनास आवश्यक अशा नव्या प्रेरणांची लागवड करणे मानवाला सतत करावे लागते. हे लागवडीचे कामच खास मानवी आहे आणि म्हणूनच अत्यंत उच्च आणि पवित्र आहे. शिवाय ह्यातूनच संस्कृती निर्माण होत असते. कवितेबद्दल लिहिताना कॉड्वेलने म्हटले आहे की ज्या मानवी क्रिया सर्वांत जास्त परिवर्तनशील आहेत आणि सर्वात कमी प्रमाणात मूलभूत प्रेरणांवर अवलंबून आहेत त्याच क्रिया सर्वोच्च प्रतीच्या व सर्वाधिक मानवी आहेत. व्यक्ती (किंवा नैसर्गिक मनुष्य) आणि संबद्ध (किंवा सुसंस्कृत) मनुष्य ह्यातील विरोध हाच कवितेला 'आवश्यक' करतो व तिला तिचा अर्थ आणि तिचे सत्य प्राप्त करून देतो. याचा अन्वयार्थ एवढाच की मूलभूत प्रेरणांना मुरड घालण्याच्या व नवीन प्रेरणांची लागवड करण्याच्या उद्योगातूनच धर्म, साहित्य, कला इत्यादींची निर्मिती होऊन संस्कृती समृद्ध होत

असते. त्यातूनच नैतिकता नावाची गोष्ट जन्माला येत असते. आल्बर्ट श्वायत्झरनं तर मानवी संस्कृतीचा पाया नैतिकतेतच आहे असे म्हटले आहे व मानवी जीवन सुसंवादी आणि सुकर करण्यासाठी 'रेव्हरन्स फॉर लाइफ' असा जगण्याचा मंत्र दिला आहे. नैतिकता ही अत्यंत मानवी अशी बाब आहे. पशूंचा तिच्याशी संबंध नसतो. माणसात मूलभूत पाशवी प्रेरणांचा रेटा जबरदस्त असतो, कारण त्याला जीवशास्त्रीय पाया असतो. पण त्याचबरोबर समाज निर्माण करून टिकवणे व त्यात ह्या रेट्याला सामावून घेण्यासाठी कायम जीवनपद्धतीत बदल करीत जाणे ह्या गोष्टी मानवी संस्कृतीत अटळच असतात. साहजिकच नैतिकता ही स्थिर वस्तू नसून तिच्यात बदल शक्य असतात. प्रभावी संवेदनशील व प्रज्ञावंत व्यक्तिमत्त्व वरील सर्व बाबींची जाण ठेवून आपल्या आचरणाने, संघर्षमय जीवन जगून निर्मिलेल्या साहित्याने नवी नैतिकता व नवी जीवनपद्धती ह्यांची समाजात लागवड करण्याचा सतत प्रयत्न करीत असते. प्रस्थापित जीवनपद्धतीशी व नैतिकतेशी अशा व्यक्तिमत्त्वांना निकराची झुंज द्यावी लागते. मानवी संस्कृतीच्या प्रत्येक कालखंडात अशा प्रकारची झुंज आपणास पाहावयास मिळते.

मानवी समाजात अशा रीतीने मानवी व्यवहाराचा एकच एक अपरिवर्तनशील साचा नसतो. एकच एक त्रिकालाबाधित नैतिकताही असतेच असे नाही. मानवी समाजाचा इतिहास पाहिला म्हणजे ह्या परिवर्तनशीलतेचे अनेक दाखले पाहावयास मिळतात. मूलभूत प्रवृत्तींना दाबून नवीन समाजयंत्रणेस उपयुक्त प्रवृत्तींचे रोपण करू लागताच दुसरीकडून परत ह्या प्रवृत्ती डोके वर काढू लागतात आणि हे चक्र मानव जोपर्यंत ह्या प्रवृत्तींपासून संपूर्णपणे मुक्त होत नाही तोपर्यंत चालूच राहते. प्रत्येक कालखंडात प्रस्थापित मानवी संबंधांच्या आकृतिबंधाविषयी समाधानी नसणारे व नव्या आकृतिबंधाची निर्मिती करण्यासाठी आयुष्य झिजवणारे संवेदनाशील प्रतिभावंत निर्माण होतातच. त्यांनाच आपण खऱ्या अर्थाने 'आधुनिक' म्हणावयास पाहिजे. ह्यातूनच आधुनिक विचारसरणींचा व आधुनिक साहित्याचा उगम होत असतो. आधुनिकतेत मानव आणि बाह्य वस्तू, मानव आणि मानव ह्यांच्यातील नवीन नात्यांच्या शक्यतेचा सक्रीय शोध अभिप्रेत असतो; साहित्याच्या संदर्भात हा 'शोध' आशयातच शोधावा लागतो. या उलट मराठी साहित्यात मात्र आधुनिकता ही अभिव्यक्तीच्या अंगाने पाहिली जाते ही खेदाची बाब आहे. अभिव्यक्ती ही

महत्त्वाची गोष्ट असली तरी ती 'कशाची तरी' अभिव्यक्ती असते आणि ते 'काही तरी' नक्कीच अभिव्यक्तीपेक्षा श्रेष्ठ व महत्त्वाचे असते ह्याचा विसर होता कामा नये.

मानवी संबंधांतील वरील स्थित्यंतरे घडवून आणण्यात सर्वच क्षेत्रांतील प्रज्ञावंतांचा सहभाग असतो. परंतु त्यातही साहित्याचा सहभाग आम्हास फार मोलाचा व अग्रणी वाटतो. वैचारिक वाङ्‌मय, धर्म, शास्त्र इत्यादींचाही उपयोग होऊ शकतो, पण त्यात बुद्धीचे प्राबल्य असल्याने व मानवी संबंधांचे बौद्धिक विश्लेषण केले तरी प्रत्यक्ष वागताना माणूस बुद्धीनुसारच निव्वळ वागत नसल्याने, प्रत्यक्ष जगण्यात भावनाच जास्त प्रभावी असल्याने, अशा वैचारिक वाङ्‌मय, धर्म, शास्त्रादींचे स्थान साहित्यापेक्षा आम्हास तरी कमी महत्त्वाचे वाटते. प्रत्यक्ष जगण्याच्या क्रियेत भावना जास्तच प्रभावी असते हे लक्षात आल्यावर मग साहित्याचे मोटेपण, साहित्यात भावनिक विश्वच प्रामुख्याने असल्यामुळे, आपोआपच सिद्ध होते. शिवाय प्रचंड विचारांनी मानवी संबंधांचे सरळ-सोपे सिद्धान्त घालून ते प्रसारित करण्याने अपेक्षित बदल होतीलच ह्याची पण शाश्वती नसते. कारण अशा सिद्धान्तांच्या आकलनात प्रत्यक्ष जगताना येऊ शकणाऱ्या असंख्य पेचप्रसंगांच्या शक्यतांची आणि मानवी जगण्यातील भावनिक पेचप्रसंग भावनांच्या बारीकसारीक छटांसह मात्र विस्तृतपणे चित्रित केलेल्या असतात. असे साहित्य आपल्या वाचकांवर हळुवारपणे खोलवर परिणाम करते व वाचकांची मानवीसंबंधांविषयीची जाणीव प्रगल्भ करण्यास उत्तरदायी ठरते. साहित्य जेव्हा उथळ, ढोबळ असते व साहित्यिकाच्या व्यक्तिमत्वाच्या खोल गाभ्यातून निघालेले नसते तेव्हा त्याचा परिणामही वरवरचाच ठरतो. अर्थात इथे एक गोष्ट ध्यानात घेणे आवश्यक आहे की कुठल्यातरी वैचारिक सिद्धान्ताच्या हट्टापोटी कुणी उघडउघड जाणीवपूर्वक त्या सिद्धान्ताचा पाठपुरावा करणारे साहित्य रचित असेल तर त्याचा परिणामही तात्कालिकच असतो. अस्वस्थ संघर्षमय जीवन जगणाऱ्या संवेदनशील साहित्यिकाच्या व्यक्तिमत्वाच्या खोल गाभ्यातून विनासायास सूचक साहित्य निर्माण झाले तरच त्यात वाचकांच्या मनात खोलवर घर करून त्यांना अस्वस्थ व म्हणूनच जागृत करण्याचे सामर्थ्य असते. कधी कधी तर हा साहित्यिक आणि वाचक यांचासंबंध इतक्या तत्परतेने साधला जातो की ह्या साहित्याची रूपचर्चा करण्यात गुंग झालेल्या समीक्षकाच्या लक्षातही येत नाही व मग मागे जाऊन त्या साहित्याकडे

वेगळ्या अंगाने म्हणजे खऱ्या अंगाने पाहण्याचे प्रयत्न केले जातात.

काव्याचे मूळ स्वरूप सामूहिक भावनांचा लयबद्ध आविष्कार असे होते. कालमानाने मानवी संस्कृतीच्या गरजेनुसार त्यात बदल होत गेले आणि आजच्या वास्तवात कविता ही कवीच्या अस्तित्व हादरून सोडणाऱ्या अनुभवांचा लयबद्ध आविष्कार ह्या स्वरूपात आपल्यासमोर आलेली आहे. कुठल्याही कवितेची मूलभूत बाब कवीला आलेले अनुभव हीच असते. आणि अनुभव हे व्यक्तिमत्वाशी निगडीत असतात. साहजिकच कुठल्याही कवीच्या काव्याचा आस्वाद घेताना त्या काव्यातून कवीच्या व्यक्तिमत्वाचा गंध येत आहे किंवा नाही हे जाणवणे महत्त्वाचे असते (हे जाणून घेण्याच्या शास्त्रशुद्ध पद्धती वगैरे सापडणार नाहीत. खरे तर साहित्याच्या क्षेत्रात शास्त्रशुद्ध पद्धतीचा वापर फारच अल्प प्रमाणात शक्य असतो. हे सर्व क्षेत्रच मानवी समस्यांची जाण, मानवी आस्था, जागृत आणि अबोध मानवी मन, बुद्धी, भावना. गतानुभव इत्यादींचा एकत्रितपणे आधार घेऊनच विहरण्याचे क्षेत्र आहे.) कारण ह्यातूनच खरी कविता आणि दिखाऊ कविता असा भेद करता येणे शक्य असते. निव्वळ कवितेचे तंत्र अवगत करून घेतल्याने चांगली कविता निर्माण होणे शक्य नसते. शिवाय हल्ली आम्ही मागे कथन केल्याप्रमाणे कवितेची व्याख्याच प्रतिमांच्या रचनेशी निगडीत केली गेल्यामुळे कवितेचे तंत्रही सोपे झाले आहे आणि जो तो स्वतःला आधुनिक कवी म्हणून घेण्याच्या चढाओढीत आहे. कवितेचा अर्थ (जाणिवेच्या पातळीवर तरी, किंवा अगदी गुळगुळीत शब्दच वापरावयाचा झाला तर 'भिडण्याच्या' पातळीवर तरी), मानवी आस्था, जीवनविषयक कृती, मानवी संस्कृती आणि समाजरचना ह्यांबद्दलची सखोल जाण, व्यक्तिमत्त्व इत्यादी बाबींना फाटा देण्यासाठीच ह्या आधुनिक क्लृप्त्यांची योजना केलेली दिसते. ह्या योजनेमुळे दिखाऊ व्यक्तिमत्त्व घेऊन काव्यरचना करणे शक्य झाले आहे. पण असल्या दिखाऊ व्यक्तिमत्त्वाचे पितळ हमखासपणे सजग, गंभीर वाचक आणि समीक्षक ह्यांच्यासमोर उघडे पडतेच. काव्यास्वाद हा दोन गंभीर प्रकृतींच्या व्यक्तिमत्त्वांमधील मानवी पातळीवरचा सखोल आणि पवित्र असा, मानवी संस्कृतीच्या पार्श्वभूमीवर घडणारा सुसंवाद असतो. त्याला निव्वळ 'सौंदर्यानुभूती'सारखे गोंडस नाव देऊन त्याने साध्य होणाऱ्या महान कार्याची, पावित्र्याची अवहेलना करणे मानवी संस्कृतीच्या दृष्टीने हानीकारक आहे असे आम्हास वाटते.

कवी असो, वाचक असो, अथवा समीक्षक, व्यक्तिमत्त्व घडण्याच्या प्रक्रियेत अनेक बाबींचा समावेश असतो. माणूस हा एका विशिष्ट भौगोलिक परिस्थितीत जन्माला येतो. जन्माला येतानाच तो मागच्या पिढ्यांचे गाठोडे सोबत घेऊन येतो. मागच्या पिढ्यांकडून आंदण मिळालेल्या ह्या गाठोड्यात त्याला उपयोगी पडतील अशी काही कसबे, काही प्रेरणा आणि काही सुप्त अवस्थेत घनीभूत झालेल्या वांशिक स्मृती – वगैरे असतात. इथे विशिष्ट भौगोलिक सामाजिक परिस्थितीत जग असताना त्याच्यावर अनेक गोष्टींचे संस्कार होतात, केले जातात. येणाऱ्या प्रत्येक अनुभवानुसार व घडवलेल्या प्रत्येक संस्कारानुरूप त्याचे व्यक्तिमत्व घडत व बदलत जाते. मात्र समान भौगोलिक सामाजिक परिस्थितीतही सर्वांची एकसारखीच व्यक्तिमत्वे घडत नसतात. त्याला अनेक कारणे असतात. एक तर सोबतच्या गाठोड्यातील विभिन्न अजब रसायन आणि दुसरे म्हणजे संवेदनशीलता, इच्छाशक्ती व तिचा योग्य आणि भरपूर वापर, जिज्ञासा व तिच्या पूर्तीसाठी संघर्ष करण्याची तयारी, हळूहळू विकसित होणारी मानवी संबंधांची जाण, मानवी संस्कृतीच्या दायित्वाची जाण, मानवी संबंधाच्या स्थिर आणि परिवर्तनशील अंगांची समज, नैतिकतेच्या अपिहार्यतेची व तिच्या परिवर्तनशीलतेची जाणीव व तिच्यासाठी आडवाटेनेसुद्धा जाण्याची तयारी, इत्यादी बाबींचा कमीअधिक प्रमाणात स्वीकार.

व्यक्तिमत्त्व घडण्यात संवेदनशीलतेचा मोठाच वाटा असतो. तसा तर प्रत्येकजणच संवेदनशील असतो पण त्याचे प्रमाण कमीजास्त असते. टोकाची संवेदनशीलता लाभलेल्या व्यक्तिमत्त्वास अत्यंत अस्वस्थ आणि यातनामय जीवन कंठावे लागते, अगदी राजवैभवी संपन्नतेतसुद्धा. ह्या संदर्भात गौतम बुद्धाचे उदाहरण अगदी बोलके आहे. अत्यंत टोकाची संवेदनशीलता लाभलेल्या व्यक्तिमत्त्वाच्या नशिबी तर ह्या कठोर आणि व्यवहारी समाजात वेडेपणाचा शाप किंवा छापसुद्धा येऊ शकतो. कवी हा संवेदनशील असतो आणि अशा संवेदनाशील व्यक्तिमत्त्वाच्या गाभ्यात कायम अस्वस्थता असते, कायम अंतरंगात वादळे उठत असतात. व्यक्तिमत्त्वाच्या जडण-घडणीत व्यक्तिमत्त्वाचा एक गाभा तयार होतो त्याचा संबंध जीवनदृष्टीशी असतो. धार्मिक, राजकीय, सामाजिक इत्यादी विचारसरणींचा अवाजवी प्रभाव अशा व्यक्तिमत्त्व-संवर्धनास आणि जीवनदृष्टिविकासास कधीकधी मर्यादा घालण्याची शक्यता असते. एकूण मानवी संस्कृतीच्या संदर्भात सर्व मानवी

समस्यांना जोखून पाहणारे व्यक्तिमत्त्व निरोगी आणि सर्वांगीण जीवनदृष्टी घेऊन समाजात वावरते आणि मानवी संस्कृतीच्या संवर्धनास गती व दिशा देण्याचे पवित्र कार्य त्याच्याकडून होत असते. कवी हे एक असेच व्यक्तिमत्त्व असते. कवीचे असे संवेदनशील आणि सर्वांगीण संपन्न जीवनदृष्टी लाभलेले व्यक्तिमत्त्व समाजात, कुटुंबात जगतांना येणाऱ्या अनुभवाने अस्वस्थ होऊन जाते, आणि ह्या अस्वस्थ करणाऱ्या अनुभवांना जोपासत, परिपक्व करीत हे व्यक्तिमत्त्व जगत राहते. इथे कवीला अभिव्यक्तीची आंतरिक निकड निर्माण होते आणि त्यासाठी तगमग, धडपड सुरू होते. अभिव्यक्तीचा प्रकार हा कवीच्या एकंदर व्यक्तिमत्त्वावरच अवलंबून असतो. त्याच्यावर झालेले, किंवा 'न झालेले' वाङ्मयीन संस्कार इथे कार्यरत होताना दिसतात. 'न झालेले वाङ्मयीन संस्कार' हा शब्दप्रयोग आम्ही मुद्दामच केलेला आहे, कारण वाङमयीन संस्कार ही सुशिक्षितांची मिरासदारी समजण्यात येते, आणि याउलट मराठी साहित्यक्षेत्रात अशिक्षितांनी अत्यंत उच्च कोटीची साहित्यनिर्मिती केल्याची उदाहरणे आहेत. जास्तीच्या साहित्यिक संस्कारांनी आंधळेपणाने त्याच्या आहारी जाऊन उत्स्फूर्त सोप्या, सरळ अभिव्यक्तीस दुरावण्याची उदाहरणे मराठी कवितेत विपुल प्रमाणात दिसून येतात. किंबहुना काही सन्मान्य अपवाद सोडता आधुनिक समजली जाणारी अख्खी मराठी कविताच ह्याचे उदाहरण आहे असे म्हणण्यासही वाव आहे. कवीच्या व्यक्तिमत्त्वावर त्याच्या भौगोलिक सामाजिक परिस्थितीनुरूप विविध लोककला, लोककथा, लोकगीते, लोकनाट्य, कीर्तन, पुराणकथा इत्यादींचे ऐकून अथवा वाचून संस्कार होत असतात. शिवाय भाषेच्या बाबतीतही जागरूक असल्याने बोलीभाषेची शक्ती, खुब्या, आणि लिखित वाङमयीन परंपरा व त्यातील भाषा ह्या सर्व बाबींचेही संस्कार होत असतातच. कवीच्या व्यक्तिमत्त्वानुसार अर्थातच ह्या सर्वांपैकी काहींना तो स्वतःच्या जास्त जवळ समजण्याची शक्यता असतेच. अभिव्यक्तीस आवश्यक असे हे संस्कार, संवेदनशील व्यक्तिमत्त्वात परिपक्व झालेले अनुभव, आणि अभिव्यक्तीची आंतरिक निकड ह्यांच्या संयोगातून अनुभवांची गुंफण लयबद्ध शब्दरूप घेऊन अवतरते आणि कवितेचा जन्म होतो. संवेदनशील माणसाच्या मनावर लहान-सहान बाबींचाही गंभीर परिणाम होत असतो आणि होणारा प्रत्येक परिणाम त्या माणसाच्या जाणिवेत बदल घडवून आणत असतो. कवीच्या व्यक्तिमत्त्वाच्या

गाभ्याला हादरे देणाऱ्या अनुभवांची शब्दरूप अभिव्यक्ती कवितेच्या माध्यमातून जेव्हा संवेदनशील वाचकांशी संवाद साधते तेव्हा तिचा खोलवर परिणाम वाचकांवर होऊन वाचकास अंतर्मुख करून त्याची मानवी संबंधांविषयींची जाणीव प्रगल्भ करते, व त्याच्या व्यक्तिमत्त्वास नवीन धुमारे फुटून वेगळ्या दृष्टिकोणातून मानवी समस्येकडे बघण्याचे बळ त्याला आपोआपच लाभते.

तेव्हा काव्याकडे निव्वळ 'प्रतिमांची रचना' व त्याच्या परिणामामुळे निव्वळ 'सौंदर्यानुभव' ह्या संकुचित दृष्टीने पाहणे किती कोतेपणाचे आहे हे स्पष्ट होण्यासाठी, व आमची काव्यविषयक भूमिका विशद करण्यासाठी हा सुरुवातीचा प्रपंच करावा लागला.

वर उल्लेखिलेल्या काव्यविषयक भूमिकेतून श्री. ना. धों. महानोर ह्यांच्या कवितेचे महत्त्व, तिची वैशिष्ट्ये, तिच्यात होत जाणारा विकास, परंपरेतील तिचे स्थान, समकालीनांशी तिचा संबंध इत्यादींचा विचार करावयाचा आहे.

ना. धों. महानोर हे अजिंठा लेण्यांच्या जवळपास एका लहानशा खेड्यात राहतात. ह्या खेड्यात शेतकरी म्हणून ते जगत असतात. ही दोन ओळींची माहिती यासाठी आवश्यक आहे की खेडे आणि शेती हा महानोरांच्या संपूर्ण कवितेचा केंद्रबिंदू आहे हे त्यांच्या कविता वाचल्यास चटकन् लक्षात येते आणि म्हणूनच ही कविता कवीच्या जगण्याशी कायम नाते ठेवूनच असते हेही ध्यानात येते. खेड्यातले जगणे आणि तेही शेतकऱ्याचे, हे सर्वस्वी निसर्गाशी एकरूप झालेले असते, आणि अशा कवीच्या कवितेतून निसर्ग असणे अपरिहार्यच असते. इथे निसर्गावर मुद्दाम प्रेम वगैरे करून अथवा निसर्गाच्या सौंदर्याने आश्चर्यचकित वगैरे होऊन निसर्गावर कविता लिहिण्याचा खटाटोप नाही. इथले जगणेच मुळी निसर्गाशी निगडीत असते. इथला निसर्ग म्हणजे ज्याला 'सृष्टिसौंदर्य' वगैरे म्हणतात त्याहून कितीतरी जास्त आणि वेगळे असे काहीतरी असते. खेड्यात निसर्गाच्या सोबतीने राहण्यासाठी प्रचंड मानवी धमक लागते हे पाऊस आला की खिडक्या बंद करणाऱ्या शहरी माणसाच्या ध्यानात येणे कठीण आहे. मराठीत रूढार्थाने जिला निसर्गकविता म्हणतात व जिची एक केशवसुत-बालकवी-बोरकर-पाडगांवकर वगैरे अशी परंपरा सांगितली जाते त्या परंपरेतील कवितेपेक्षा वेगळी आणि निसर्गाचे दैनंदिन जगण्याशी नाते जोडणारी कविता महानोरांनी निर्माण केली आहे. महानोरांची

पहिलीच कविता बघा

"ह्या शेताने लळा लाविला असा असा की
सुखदुःखाला परस्परांशी हसलो-रडलो
आता तर हा जीवच अवघा असा
जखडला
मी त्याच्या हिरव्या बोलीचा शब्द
जाहलो"

मूलतः महानोरांच्या कविता कशा निर्माण झाल्या ह्याचेच वर्णन ही कविता करते. शेतात काम करतांना शेताने लळा लावला. मग हा लळा दैनंदिन जीवन जगतांना आधार झाला. दुःख झेलण्याचे व दुःख पेलण्याचे सामर्थ्य ह्या लळ्याने दिले, आणि साहजिकच ह्या शेतात जीव जखडून गेला. जखडून गेल्यानंतरही सुटका नाहीच. जवळजवळ एकरूप होण्याची ही प्रक्रिया, कारण 'त्याची हिरवी बोली' आणि 'शब्द मात्र मी' अशी अवस्था आलेली आहे. दोघेही एकमेकांस पूरक झालेले आहेत. दोघे मिळूनच निर्मिती शक्य आहे. निसर्ग आणि मानव ह्यांच्यातील संबंधांचे इतके समर्पक आणि आधुनिक युगातील मानवाला मार्गदर्शक ठरणारे काव्य अस्वस्थ करून सोडणारे अहे. 'निसर्गाला बोली असते व ती समजून घेणे आवश्यक आहे; हे निसर्गाशी लळा लागण्यातूनच व एकरूप आणि पूरक होण्यातूनच शक्य आहे' असा ह्या कवितेतून उलटीकडून गेल्यास, आधुनिक निसर्गावर विजय मिळवू पाहणाऱ्या 'अडाणी' माणसास महामंत्र मिळू शकतो. महानोरांच्या लहान वाटणाऱ्या कवितेतूनसुद्धा असा महामंत्र देण्याची क्षमता आपणांस जागोजागी दिसून येते. ह्या कवितेतील महत्त्वाचा शब्द 'लळा' असून साधारणपणे शहरी भागातून ह्या शब्दाचा वापर क्वचितच आढळून येतो. खेड्यातून मात्र हा शब्द सर्रास वापरला जातो. 'प्रेम' आणि 'लळा' ह्यातील अंतर आम्ही समजावून देण्यापेक्षा ह्या शब्दाचा वापर प्रत्यक्ष अनुभवणे आम्हास जास्त सोयीस्कर व हितकारक वाटते. महानोरांच्या ह्या पहिल्या कवितेपासून ते अगदी आजपर्यंत लिहिल्या गेलेल्या कवितेपर्यंत महानोरांचा हा शेतीचा लळा जागोजागी विविध स्वरूपांत, शेताशी नात्याचे विविधरंगी भावविश्व उमलतांना व गंधित होताना दिसून येतो. उदाहरणार्थ –

''ह्या नभाने ह्या भुईला दान द्यावे
आणि माझ्या पापणीला पूर यावे''

''गुंतलेले प्राण या रानात माझे
फाटकी ही झोपडी काळीज माझे''

किंवा

''दुःखाच्या कालिमा विस्कटती येथ, शद्ध अरूवार –
प्राण उधळून केळीच्या बनात घेतात लकेर''

''बोंडबोंडात कपाशी फुले अंग वेचतांना
कशी वेचावी वेचावी हर्ष डोळ्यांत मावेना''

किंवा

''डोळे गच्च अंधारून. तेव्हा माझे रान –
रानातली झाडे मला फुले पांघरूण''

वरील पहिल्या संग्रहांतील कवितांपासून ते अगदी अलिकडच्या खालील कवितांपर्यंत –

''गोदा गंगोत्रीचं पाणी
झालं पावन दांडात
काळ्या गर्भार भुईला
स्वप्न पडे चांदण्यात''

किंवा

''येऊ दे गा पीकपाणी
जन्मदुःखाच्या कारणी
सोनसळी मातीतला
गंध भरू दे अस्मानी''

महानोरांचा शेताशी असलेला संबंध विविध रूपांत प्रकट होताना दिसतो. वरील उदाहरणांमधून कवीचा शेताशी असलेला संबंध प्रत्यक्षपणे दिसतो. इतर काही

कवितांमधून जिथे कवी मोहक अशी निसर्गदृश्ये साकार करतो तिथेसुद्धा शेताचा संबंध असतोच. अर्थातच महानोरांच्या कविता फक्त शेतीसंबंधीच आहेत असे नाही. ही कविता खेडे, त्याचा परिसर, त्यातला निसर्ग, नद्या, ओढे, डोंगर, तळे, झाडे, वगैरे सर्व काही, त्या परिसरातील पशुपक्षी, बाया-माणसे ह्या साऱ्यांची सुखदुःखे, त्यांच्याशी कवीशी असलेले अतूट आणि सुसंवादी नाते आणि त्यांच्या विविध अवस्थांमुळे कवीच्या भावविश्वात उठणारी आंदोलने ह्या सर्व बाबींना कवेत घेऊन प्रवास करणारी कविता आहे. आणि ह्या साऱ्या कवितांमधून कवीच्या मानवी संबंधांविषयीचा दृष्टिकोन सर्व कवितांचा एकत्रितपणे विचार केल्यावर, निश्चितपणे दृष्टोत्पत्तीस येतो, तसेच त्याच्या व्यक्तिमत्वातील विकासात्मक स्थित्यंतरेही बघावयास मिळतात. ह्या दोन्ही बाबी कवितेच्या मूल्यमापनाच्या संदर्भात महत्त्वाच्या असतात.

महानोरांच्या कवितेत येणारा निसर्ग बिनचेहऱ्याचा अथवा काल्पनिक नाही ही अत्यंत महत्त्वाची गोष्ट आहे. काल्पनिक निसर्ग आणि सांकेतिक भावना ह्यांच्या संयोगातून निर्माण झालेल्या कवितांनी मराठीत बराच धुमाकूळ घातला आहे. पण अशा कविता मुळातच गुळगुळीत असल्याने वाचकांच्या मनावर ठरणेसुद्धा मुश्किल, मग गंभीर परिणाम करून वाचकांची जाणीव प्रगल्भ करण्याचे नांवच घ्यायला नको. कुठल्याही चांगल्या साहित्यात लेखकाच्या भावविश्वाला त्याच्या जगण्याचा भक्कम पाया आणि बाह्य विश्व ह्यांत आणि त्या त्या परिसराच्या मातीत घट्ट मुळया रोवून बसलेलेच असावे लागते, तरच साहित्याला वास्तवाचा भक्कम आधार मिळून अत्यंत सूक्ष्म आणि विस्तृत पातळ्यांवर वाचकांशी गंभीर संवाद साधण्याची क्षमता त्यात निर्माण होते. असे घडले नाही तर काल्पनिकतेचा वर्ग होऊन अवास्तव साहित्य निर्माण होते व मनोरंजनापलिकडे त्याला काहीच मूल्य लाभू शकत नाही. जगण्याचा गंध लाभलेले भावविश्व आणि त्या त्या परिसरातले बाह्य विश्व ह्या दोन पंखांच्या साह्यानेच कुठलेही साहित्य वैश्विकतेकडे झेप घेऊ शकत असते ह्याचा विसर गंभीर साहित्यिकास कधीच पडत नाही.

महानोरांच्या कवितेतला निसर्ग हा त्या परिसरातला विशिष्ट गुण असलेला तर आहेच, पण जगण्याच्या प्रक्रियेत तो कवीच्या इतका जवळ आला आहे की कवीच्या प्रत्येक अनुभवात तो सहभागी वा साक्षी असतोच. इतकेच नव्हे तर कधीकधी

निसर्गाच्या अनुभवास कवी सहभागी अथवा साक्षी असतो. कधी कवी आणि निसर्ग ह्यांचा संबंध-संवाद घडतो (तेव्हा आपण, म्हणजे इतर, साक्षी असतो), तर कधी निसर्ग आणि इतर ह्यांचा संवाद-संबंध घडतो आणि कवी साक्षी असतो, तर कित्येकदा इतर आणि कवी ह्यांच्यातील संबंधांना निसर्ग साक्षी असतो. अशा रीतीने हे तिघेही सतत आपापली भूमिका बदलून पूरकतेची ग्वाही देतात, आणि मानवी संबंधांच्या अनेकविध शक्यतांचा पदर उलगडत मानवी संस्कृतीच्या संदर्भात वाचकांच्या मनाला घट्ट बांधून ठेवतात. उदाहरणार्थ, महानोरांची 'नांगरून पडलेली जमीन सर्वत्र, नुसताच शुकशुकाट' ह्या ओळीने सुरू होणारी कविता बघा. ह्यात कवितेची सुरवात व शेवट निसर्गवर्णनाने केला आहे, व ह्या निसर्गाच्या साक्षीने कवीने जे पाहिले आहे, अनुभवलेले आहे ते कथन केले आहे. ह्या कवितेतील निसर्गाचं रूप अतिशयच वेगळे, अस्वस्थ करणारे, व खरोखरच फक्त साक्षी असलेले असेच आहे.

"नांगरून पडलेली जमीन सर्वत्र, नुसताच शुकशुकाट,
एखादेच चुकार वासरू कुठेतरी, उद्‌ध्वस्त् घाट"

आणि ह्याच कवितेत पुढे –

"ग्रीष्माचे ऊन्हं. ग्रीष्माचे ऊन्हं एकदा खेड्यावर आले, खेडे उदास झाले
घरात असेल तेवढे झोळीत टाकून स्वतः नागडे झाले."

हे सर्व निसर्गाच्या एका रूपाचे वर्णन आहे, मानवाला तापदायक आणि कसोटीचे असे. शिवाय निसर्गाचे हे रूप अपरिहार्यच आहे. त्याबद्दल कवितेत कुठेही कुरकूर नाही. ग्रीष्म हा निसर्गचक्रात अपरिहार्यच आहे. पण आता त्याचे ऊन्हं खेड्यावर (चाल करून) आले आहे. अशा वेळी मानवी संबंधांची कसोटी लागते. कारण निसर्ग म्हणजे नांगरून पडलेल्या जमिनीवरचा नुसताच शुकशुकाट. त्याची हिरवी बोली अबोल झालेली आहे. कवी नुसताच साक्षी आहे. अशा वेळी मानवी संबंध जिव्हाळ्याचे, सहकार्याचे, करुणापूर्ण असे अपेक्षित आहेत, पण त्यांच्या अभावी जे जे काही घडत आहे ते संवेदनशील कवीला हादरे देत आहे. निसर्गाची ही 'शुकशुकाटा'ची 'बोली' समजून घेऊन संवेदनशील मानवी संबंध जोपासणारी व्यक्तिमत्वे निर्माण होणे किती आवश्यक आहे हेच सूचकपणे सांगण्याचा कवीचा प्रयत्न ह्या कवितेत दिसतो.

आता दुसऱ्या प्रकारच्या कविता बघू. ह्या कवितांत निसर्ग नुसता साक्षी नाही तर निसर्ग आणि दुसरे कुणीतरी ह्यांच्यात काहीतरी घडत आहे आणि कवी साक्षीला आहे.

उदाहरणार्थ

"वाजते घुंगरू
पाणमळ्यात पाखरू,
– राजस देहाला
आले आभाळ पांघरू."

किंवा,

"ती लगबल सावरताना
मांड्यांत घोळ कवळून
अन् नितळ नितळ अंगाचे
पाण्यात सांडले ऊन्हं
झाडांना फुटले डोळे, मावे न रूप डोळ्यांत,
मांड्यांत घोळ कवळून ती स्तब्ध उभी ऐन्यात."

किंवा,

"बघ ना, काळोख कसा झिंगत येतोय्
तुला या काळोखात कवळून घ्यायला,
– थांबू नकोस !"

किंवा,

"झाडे तिचे डोळे चुकवतात
त्यांना ठाऊक असतात तिचे घारे डोळे
डोळ्यातील धिटाई आणि दबकावणी."

अशी कितीतरी उदाहरणे देता येतील. ह्या सर्व उदाहरणांत एक गोष्ट चटकन् ध्यानी येते ती ही की नवनिर्मितीच्या पाउलखुणांची चाहूल असणारी ही उदाहरणे आहेत. ह्या प्रत्येक उदाहरणात स्त्री आणि निसर्ग आहे. दोन्हींचेही मूलभूत वैशिष्ट्य

नवनिर्मितीची क्षमता हे आहे. त्यामुळेच ह्या क्षेत्रात एकांतात निसर्ग क्रियाशील होताना दिसतो आणि निर्मितीच्या क्रियेस नीती-अनीतीनिरपेक्ष नैसर्गिक रूप प्राप्त करून देतो. अर्थात् आभाळ, झाडे, काळोख ह्यांना जर कुणी प्रतिमा मानले, आणि घटकाभर ह्या प्रतिमा आहेत असे जरी गृहीत धरले, तरीही त्यांना निसर्गाचे गुणधर्म चिकटतातच व निर्मितीचा नैसर्गिकपणा अबाधित राहतोच. निसर्गातल्या एकांतातला हा शृंगार शहरातल्या बंद खोलीतल्या आरश्यासमोरच्या शृंगारापेक्षा किती जिवंत आणि नैसर्गिक आहे ही बाबही ह्या कवितांतून दिसून येते.

कवी आणि निसर्ग ह्यांच्या विविध पातळींवरील संबंधांचे दाखले तर महानोरांच्या बहुतांश कवितांतून दिसतात. खालील काही महत्त्वाची उदाहरणे बघा –

"ह्या नभाने ह्या भुईला दान द्यावे
आणि माझ्या पापणीला पूर यावे
पाहता ऋतुगंध कांती सांडलेली
पाखरांशी खेळ मी मांडून गावे"

रुजे दाणा दाणा
ज्येष्ठाचा महिना
मातीतला
गंध ओला
चौखूर दिशांना
पाखरांचे पंख, आम्हा
आभाळ पुरेना"

"तशी भुलावण व्हावी
अवघे लीन असावे जिणे
शब्दांमधले अर्थांमधले
एकसंध चांदणे"

"मी माझ्या मुलुखात नांदतो ऐश्वर्याचा राजा
इथल्या मातीमधे रुजविल्या चैतन्याच्या बागा

इथलं रानोमाळ सघन घन पसरित हिरवी द्वाही
झुलत झुलत मस्तीत बुडाले गाणे आणिक मीही''

ह्या कवितांमधील कवी आणि निसर्ग ह्यांचा विविध अवस्थांमधील विविध पातळ्यांवरचा भावनिक संबंध तपासून पाहण्यासारखाच आहे. कारण ह्या तपासातून आजच्या मानवी संस्कृतीच्या संदर्भात असल्या संबंधांची ।नर्माण झालेली अपरिहार्यता लगेचच ध्यानात येईल.

'ह्या नभाने ह्या भुईला दान द्यावे' ही कविता बघा. निसर्गात पाऊस पडणे ही नवलाईची गोष्ट नाही. परंतु ही क्रिया शेतकऱ्याच्या जीवनात अनन्यसाधारण महत्त्वाची ठरते. मानवी संस्कृतीच्या आदिकालापासून 'पाऊस' हा कालमानानुसार पूजेचा, प्रार्थनेचा, कवितेचा विषय झालेला आहे. पाऊस पडण्याच्या क्रियेला कवी नभाने भुईला चैतन्याच्या निर्मितीसाठी दिलेले दान समजतो व ह्या निर्मितीसाठीच्या दानाची क्रिया ह्या संवेदनशील कवीच्या 'पापणीला पूर' आणते. ह्या नैसर्गिक देवाणघेवाणीला कवीने वापरलेला 'दान' हा शब्द अत्यंत समर्पक आहे. निव्वळ 'न' किंवा 'द'च्या पुनरुक्तीसाठी तो वापरलेला नाही. कवीचे व्यक्तिमत्त्वच ह्या देवाणघेवाणीच्या 'दाना'च्या निःस्वार्थ पातळीने व्याकुळ झालेले दिसते. ह्या निसर्गनिर्मित दानाच्या प्रक्रियेला आपल्या परंपरेने आणि लोकमानसाने आत्मसात करून रुजवूनही आजच्या सामाजिक व्यवस्थेत मात्र देवाणघेवाणीच्या निःस्वार्थ आणि निरागस प्रक्रियेस आपण तिलांजली देऊन मानवी संबंध किती हीन आणि स्वार्थी पातळीवर आणून ठेवले आहेत ह्याचा संदर्भ ह्या ओळींना निश्चितच आहे. कृतज्ञतेने पापणीला आलेला पूर ओसरला की कवी 'पाखरांशी खेळ मी मांडून गावे' असे म्हणतो. अगदी आदिमानवापासून टोकाच्या भावनिक अवस्थेतून गाण्यांची निर्मिती होत आली आहे आणि तीसुद्धा लयबद्ध गेय स्वरूपातच. हे गाणे मानवाला कायमच जगण्याचे, दुःख पेलण्याचे बळ देत आले आहे. मानवी संस्कृतीत लोकगीतांच्या स्वरूपात ते आजही अवशेषांच्या स्वरूपात दिसते. आज आपल्या जगण्यात गाण्याला स्थानच उरलेले नाही. गाण्याचा धंदा झाला आहे आणि गाणे ऐकणे हे एक खोटे सांस्कृतिक उत्तरदायित्व झाले आहे. जगण्याचा गाण्याशी संबंध दुरावलेला आहे. एकत्र गाणे-नाचणे हे तर शहरी संस्कृतीत दुर्लभ झाले आहे. मानवी संबंधांना मधुर रूप देणाऱ्या ह्या प्रकाराचे समूळ उच्चाटन व्हावे हा दैवदुर्विलास

आहे. कवीला मात्र ह्या गाण्याचे बळ माहीत आहे. म्हणूनच नभाने भुईला दान दिल्यानंतर चैतन्य गाऊन उठते आणि पापणीचे पूर ओसरल्यानंतर कवी पाखरांसवे खेळ मांडून गाऊ लागतो. पाखरांचे गाणे, चैतन्याचे गाणे (म्हणजेच हिरव्या निसर्गाचे, पिकाचे गाणे) आणि कवीचे गाणे. हे त्रिगुणित गाणेच कवीला जगताना दुःख पेलण्याचे बळ देते आणि अगदी बेफिकिरीत तो म्हणतो, –

''जन्मापासूनचे दुःख जन्मभर असे
जन्मभर राहो मला त्याचे न फारसे''

हा कवी निसर्गाचे चमत्कार बघतो आहे, भोगतो आहे, त्याच्यापुढे लीन होतो आहे, चैतन्याच्या बागा फुलवतो आहे, त्याच्याशी समरस होऊन हसतो आहे, रडतो आहे, स्वतःला त्याच्या हवाली करतो आहे आणि मिळालेल्या बळातून –

''पाखरांचे पंख, आम्हा
आभाळ पुरेना''

इतक्या दूरवर झेप घेतो आहे. मानवाने स्वतःला निसर्गाचा एक अवयव मानूनच जगणे अपरिहार्य आहे ह्याची खोल जाणीव कवीला झाल्याचे जागोजाग जाणवते. अशा जगण्यानेच मानवी मनास दुःख पेलण्याचे बळ मिळेल, मानवी मन सुदृढ व निरोगी बनेल आणि आपोआपच मानवी संबंध सहज, सुकर आणि सुसंवादी बनतील असा दृढविश्वास कवीच्या व्यक्तिमत्त्वात असल्याची जाणीव जाणकार व जागृत वाचकांना ह्या सर्व कविता वाचल्यावर नक्कीच होईल.

रोगट, खुरटया आणि ढोंगी शहरी संस्कृतीत वाढलेल्या आणि चुकीच्या, एकांगी जीवनपद्धती स्वीकारल्यामुळे निर्माण झालेल्या एकाकीपणा, निरर्थकता, निराशा इत्यादी बाबी म्हणजेच आधुनिकता असा सोयिस्कर ठाम गैरसमज करून घेऊन काव्यलेखन करणाऱ्या मंडळींनी ह्या कवीच्या कवितांमुळे आपल्या काव्यलेखनाचाच नव्हे तर आपल्या जीवनपद्धतींचा व जीवनदृष्टीचाही नव्याने तपास सुरू करणे हितावह ठरेल असे आम्हास वाटते. हा कवीसुद्धा –

''मीच माझा एककली एकटा चालीत गेलो''

असे म्हणतोच. पण हा एकाकीपणा नाही. व्यक्तिमत्वाला लुळापांगळा करणारा एकाकीपणा तर नक्कीच नाही. कारण –

"ना कुठे आधार आणिक ना गतीला अंत होता
मात्र पायीच्या बळाला जागता आवेग होता,
ना क्षिती होती कशाची मी मला उधळीत गेलो
अन् धुळीच्या लक्तरांची लाज गुंडाळून आलो."

अन् धुळीच्या लक्तरांची लाज गुंडाळून आलो हे खरोखरच किती अप्रूप आहे. अशी मातीशी बांधलेली कविता खरोखरच फक्त महानोरांनीच लिहिलेली आहे. 'ह्या नभाने ह्या भुईला दान द्यावे' ही कविता तर आम्हास मराठी काव्यक्षेत्रातील अत्यंत महत्वाची कविता वाटते.

मानवाने निसर्गाशी कशा प्रकारचे संबंध ठेवायचे ठरवले आहे यावरच मानवी समाजातील मानवाचे मानवाशी असलेले संबंध अवलंबून असतात ह्याची साक्ष ह्या संबंधांचे कालानुसार बदलते प्रवाह पाहिले की सहज ध्यानी येते. मानवी संस्कृतीच्या अगदी सुरुवातीच्या काळात मानवाला निसर्गाशी प्रचंड संघर्ष करीत जगावे लागले. नैसर्गिक शक्तींच्या स्वरूपाचे तोकडे ज्ञान आणि अपुरी साधनसामुग्री ह्यामुळे त्याच्या आदिम मनात निसर्गाविषयी आदर आणि भीती ह्यांचे विचित्र मिश्रण होते. त्याने निसर्गाला सर्वोच्च शक्तीच्या स्वरूपात पाहिले, त्याची पूजा केली, त्याची प्रार्थना केली आणि त्याच्या सहवासात त्याच्या छत्राखाली तो राहू लागला, जगू लागला. नद्या, नाले, डोंगर, पर्वत, झाडे, पशुपक्षी ह्यांच्याशी सावध संबंध प्रस्थापित करून त्यांना आपल्या जीवनपद्धतीत सहजतेने सामावून घेण्याचा प्रयत्न त्याने केला. ह्या सर्वांची साक्ष जुन्या काळातील शिल्प-चित्र-वेदोपनिषदादी वाङ्मय, लोककथा, लोकगीत ह्यातून विपुल प्रमाणात आपणास बघावयास मिळते. जिज्ञासूंनी असा शोध घेण्याचा प्रयत्न अवश्य करावा. मात्र त्यासाठी सहृदय दृष्टिकोन आणि मानवी समस्यांची विशाल, सर्वांगीण जाण असणे आवश्यक आहे. मानवात हिंसक प्रवृत्ती होतीच, पण त्याला पुढच्या कालखंडात निर्माण झालेल्या स्वार्थ, पैसा, व्यापार इत्यादी हीन प्रवृत्तींची जोड नव्हती. निसर्गनियमांना चालेल अशा प्रकारचीच ही हिंसक प्रवृत्ती होती.

मानव हा निसर्गाचा एक अविभाज्य भाग आहे. पण हा भाग स्वसंवेद्य असल्यामुळे निसर्गापासूनच काय स्वतःपासूनसुद्धा स्वतःला वेगळे करण्याची क्षमता

राखतो. त्याला स्वतंत्र इच्छाशक्ती आणि बुद्धी असल्याने तो स्वतःचे व त्यानेच उभारलेल्या संस्कृतीचे संवर्धन अथवा विनाश करू शकतो. म्हणूनच त्याचे आयुष्य म्हणजे तारेवरची कसरत असते. परंपरेकडून लाभलेली शहाणपणाची शिदोरी, प्राप्त परिस्थिती, आणि मानवी संस्कृतीची सम्यक् जाण ह्यांचा वापर करून त्याला आपली जीवनपद्धती आखावी लागते. भौतिक शास्त्रांच्या विकासानंतर मानवी संस्कृतीने एका नव्या युगात प्रवेश केला. मानवी बुद्धीच्या साहाय्याने निसर्गावर विजय मिळवण्याचा ध्यास आणि त्याचा मानवी भौतिक सुखसोयींसाठी उपयोग हे ह्या युगाचे महत्त्वाचे वैशिष्ट्य समजण्यास हरकत नाही. आज ह्या दोन्ही गोष्टी पराकोटीला पोहोचल्या आहेत, आणि आज शहाणी माणसे त्याबाबत इशारा देतांना दिसतात ("This view of man's relationship to nature is philosophically untenable and destructive. A relationship to the earth based only on its use for economic enrichment is bound to result not only in its degradation, but also in the devaluation of human life. This is a perversion which if not sooN corrected, will become a total disease of technological societies" —René Dubos) ह्याच काळांत बुद्धिप्रामाण्यवादही वाढला आणि मानवाच्या भावनिक विश्वाला गौणत्व प्राप्त झाले. प्रत्यक्ष जगताना मात्र भावनिक विश्वाचाच वरचष्मा असतो ह्याचा विसर पडला. बुद्धिप्रामाण्यवादामुळे धर्माला, श्रद्धांना, ज्यांचा ज्यांचा मानवाच्या भावनिक विश्वाशी संबंध असतो अशा सर्वच गोष्टींना सुरूंग लागले, आणि त्यांची जागा कुठलेही बुद्धिप्रामाण्यवादी तत्त्वज्ञान घेऊ शकले नाही. ह्याचा परिपाक म्हणून अतार्किक पद्धतीच्या व मानवी अस्तित्वाला केंद्रस्थानी ठेवून पुढे आलेल्या अस्तित्ववादी तत्त्वज्ञानाची पेरणी झाली. पण सुरवातीस मानवी संबंधांऐवजी मानवी अस्तित्वाला प्राधान्य देण्यात आल्यामुळे निरर्थकता, एकाकीपणा, तुटलेपणा इत्यादींचीच निष्पत्ती त्यातून झाली. हळूहळू मानवी अस्तित्वाला मानवी संबंधांच्या संदर्भातच अर्थ असू शकतो ह्याची जाण तिकडे विकसित होत गेली, पण आपल्याकडे मात्र स्वतःला आधुनिक समजणारे लेखक अजूनही सुरवातीच्या अस्तित्ववादी मरगळीतून बाहेर आलेले दिसत नाहीत. (बहुधा तसे केले तर आपले आधुनिकत्वच हरवू अशी जबरदस्त भीती त्यांना वाटत असावी) औद्योगिकीकरण आणि निसर्गावर विजय मिळवण्याच्या आर्थिक हेतूतून शहरी संस्कृतीची वाढ झाली. शहरांची वाढही मानवी संस्कृतीस शाप ठरणार आहे.

शहरात मानवी संबंधांचा संपूर्णपणे संकोच होतो. हल्ली ह्या क्षेत्रात नव्याने पुनर्विचार सुरू झाला आहे. मानवी संस्कृतीच्या भवितव्यासंबंधी विचार करणारांनी हजारच्या आसपास लोकवस्तीचे खेडे हेच मानवी संबंधास पोषक वातावरण देऊ शकते हे सांगायला सुरवात केली आहे. शहरी संस्कृतीत किती भयावह गोष्टी घडतात ह्याचे मोजमाप करीत बसण्यात तसा काहीच अर्थ नाही. ह्या संस्कृतीत जागरूक राहून चांगले मानवी संबंध जपण्याचा प्रयत्न करणाऱ्या महाभागास किती यातना सहन कराव्या लागतात ह्याचा प्रत्यक्ष अनुभव घेणेच श्रेयस्कर. ह्या यातनांच्या भीतीपोटी किती तरी संवेदनशील व्यक्तिमत्त्वे ह्या संस्कृतीच्या आहारी जाऊन व्यक्तिमत्त्वाचा बळी देतांना आढळतात. शहरी संस्कृतीची शासक संस्कृती बनते व तिचे अनुकरण होण्याची शक्यता असते म्हणून ह्या संस्कृतीतील दोनचार अत्यंत हानीकारक प्रवृत्तींचा उल्लेख करावासा वाटतो. ह्या संस्कृतीत काही बागा, बेडरूममधील निसर्गचित्रे आणि अधूनमधून आटापिटा करून एखाद्या नैसर्गिक स्थळाला भेट ह्यापलीकडे निसर्गाचा काहीच संबंध उरलेला नाही. प्रत्यक्ष दैनंदिन जगण्यात निसर्गाचा संबंध संपूर्णपणे नाहीसा झालेला आहे. माणूस ह्या संस्कृतीत निसर्गापासून पूर्णपणे तुटलेला आहे. कुटुंबसंस्थेचा संकोच झालेला आहे आणि इतर मानवी संबंधही निव्वळ आर्थिक आणि व्यावहारिक पातळीवर आणून ठेवण्यात आलेले आहेत. निव्वळ आईबापाला सांभाळणेही ह्या संस्कृतीत आर्थिक पातळीवरच पाहिले जाते. मानवी संबंधांतला भावनिक ओलावा समाप्त झालेला आहे. एक माणूस दुसऱ्या माणसापासून तुटलेला आहे. निसर्ग आणि माणूस दोन्हींपासूनही तुटल्यानंतर भावनिक विसावा देणारे काय राहणार ? साहजिकच शहरी संस्कृतीतला माणूस स्वतःपासूनच तुटत चालला आहे. त्यात आगीत तेल ओतल्याप्रमाणे भ्रष्ट, शुष्क अस्तित्ववादी विचाराला वाहिलेले विकृत, मनोविश्लेषणात्मक व म्हणूनच आधुनिक समजले जाणारे साहित्य निर्माण होत आहे. एकसंध समाजजीवनाचा संपूर्णपणे अभाव आहे. नृत्य, गायन ह्या ऐकण्याच्या व पाहण्याच्याच गोष्टी झालेल्या आहेत. प्रत्यक्ष सहभागाचा व त्यातून सामूहिक मानवी संबंध प्रस्थापित करण्याचा तर प्रश्नच नाही (ह्या पार्श्वभूमीवर आम्ही लहानपणी खेड्यात अनुभवलेला क्षण आजही त्या मानवी ओलाव्याची आठवण देऊन डोळे ओले करून जातो. टाळ-मृदुंगाच्या साथीत भजन र.ल्यावर उठून उभे राहण्याचा व 'मागणे'

मागण्याचा तो क्षण. "मागणे ते एक तुजपाशी आहे । देशी, तरी पाहे पांडुरंगा ।। ह्या संतांशी मिरवी हेची मज देई । आणिक न काही मागो आता ।।" असे म्हणून प्रत्येकजण समोरच्याच्या पाया पडत असे. हे सर्वांच्या अंतःकरणपूर्वक सहभागाचे गाणे आज कुठे आहे ?) शहरी संस्कृतीत लोककला दिवाणखाना सजवण्यासाठी आणि 'अपना उत्सव' भरवण्यासाठीच उरल्या आहेत. ह्या संस्कृतीतल्या माणसाची सर्वात भयावह गोष्ट म्हणजे तो दिवसभर जे काम करतो त्यातून त्याला आनंद व समाधान मिळत नाही. ते काम केल्यानंतर त्याचे पैसे मिळाल्यावरच त्याला आनंद मिळतो. साहजिकच अधिकाधिक पैसा मिळवून भौतिक सुख मिळवण्याकडेच त्याचा कल असतो. अश्यांच्या आयुष्यात उत्कट भावनिक आनंदाचे वा दुःखाचे क्षण कसे येणार ? शेवटी खरा आनंद हा मानवाशी वा निसर्गाशी असलेल्या ओल्या संबंधातच असतो हे हा शहरी माणूस पार विसरून गेलेला आहे. खरे तर मृत्यू समोर दिसू लागल्यानंतर माणसे कोवळ्या सूर्याची उन्हे धरू पाहतात, पाण्यात पाय सोडून पाण्याचा स्पर्श उपभोगतात, पानांवरून हात फिरवतात, सर्वांशी अतीव प्रेमाने वागतात इत्यादींचे चित्रण करणाऱ्या साहित्यकृती जगभर विखुरलेल्या आहेत, आणि खरा आनंद कशात आहे हे दाखवण्यासाठीच त्यांची निर्मिती झालेली आहे. पण ह्या शहरी माणसाला ते पाहण्याची उसंत नाही. अशा रीतीने ह्या संस्कृतीतला माणूस सर्व खऱ्या गोष्टींपासून तुटला आहे व म्हणूनच स्वतःपासूनसुद्धा तुटलेला आहे. ह्या भयावह स्थितीला 'अलीअनेशन्'सारखे गोंडस नाव देऊन तरी उपयोग काय ? बहुतेकांचे आयुष्य रटाळ आणि यांत्रिक झालेले आहे. चार्ली चॅप्लिनच्या 'मॉडर्न टाइम्स' ह्या एका महत्त्वाच्या चित्रपटाची ह्या ठिकाणी आठवण झाल्याशिवाय राहत नाही.

ह्या भयावह परिस्थितीतून सुटकेचा एकच मार्ग म्हणजे निसर्गाशी व इतरांशी योग्य संबंध प्रस्थापित करणें व ह्या गोष्टींना आयुष्यात प्राथमिकता देणे. कारण मानवी संस्कृतीचे भवितव्यच त्यावर अवलंबून आहे. त्यासाठी आवश्यक जाणिवांची जागृती व तिचे संवर्धन साहित्यातूनच जास्त परिणामकाररित्या होऊ शकते. कारण साहित्यात मानवी अवस्थांचे अगदी सूक्ष्म आणि बारकाव्यानिशी चित्रण येते व म्हणून त्याचा परिणाम वाचकाच्या संपूर्ण व्यक्तिमत्त्वाच्या गाभ्यावरच होऊ शकतो. नुसत्या बौद्धिक कसरतीचा हा प्रश्न नाही. महानोरांच्या कविता ह्या

जाणिवा जागृत करण्याची व संवर्धित करण्याची क्षमता ठेवतात म्हणूनच आधुनिक मानवी संस्कृतीच्या दृष्टीने त्या अत्यंत मोलाच्या आहेत.

शहरी संस्कृतीत माणूस जे काम करीत असतो त्यात बहुतेक वेळा निर्मितीचा अत्त्युच्च आनंद तर नसतोच परंतु मनाच्या सर्व पातळ्या एकवटून ते केले जात नाही. त्यामुळे साहजिकच मनाची एक समाधानी व मोकळी अवस्थाही अनुभवावयास मिळत नाही. याउलट खेड्यातल्या संस्कृतीत निर्मितीचा आनंद बऱ्याच प्रमाणांत मिळतो. शिवाय तिथला माणूस स्वतःसाठी वा अत्यंत जिव्हाळ्याचे संबंध असलेल्या त्याच्या गावातील इतरांसाठी काम करीत असतो. कामात अशा रीतीने जिव्हाळ्याचा, ओळखीचा ओलावा असल्याने ते काम करतांना सहजच आनंद मिळतो. ह्या आनंदावरच माणसाची मानसिक प्रकृती अवलंबून असते. म्हणूनच माणसाचे मन दारिद्र्यातही स्वच्छ, मोकळे व आनंदी राहू शकते. शेवटी मानवी आयुष्यात ह्या अवस्थाच महत्त्वाच्या आणि व्यक्तिमत्त्व फुलवणाऱ्या, विकसित करणाऱ्या व बाह्यविश्वाशी, इतर मानवांशी सहज आणि सुसंवादी संबंध प्रस्थापित करण्यास उपयुक्त ठरणाऱ्या असतात. तुटलेपणामुळे विसंवाद व मानसिक विकृतीच फक्त निर्माण होऊ शकतात.

निर्मितीच्या आनंदाची मोहक मानसिक दृश्ये महानोरांच्या कवितेत जागोजागी दिसतात व ह्या अवस्था माणसाच्या आयुष्यातील मोल देऊन त्यातून प्रकट होतांना दिसतात. खालील ओळी पहा :

"यांनीच इथल्या तांबड्या मातीचा साक्षात्कार पाहिला केव्हातरी स्वप्नांत
आणि एका जिद्दीने रात्रंदिन राबून सोन्याचा कोंभ रुजवून काढला
रुजवून काढले नक्षत्र-तारकांचे लखलखते आभाळ वैराण रानात
इवलेसे गाव साक्षात्काराने हरवून जाताना पिसाटले गेलेले".

सोन्याचे कोंभ रुजवून काढतांना पिसाटल्या जाण्याची ही मानसिक अवस्था जवळजवळ साक्षात्काराशीच नाते सांगणारी आहे. निर्मितीचा हा साक्षात्कारी आनंद ह्या पृथ्वीतलावर जीवन असेपर्यंत तितकाच मोलाचा आणि ताजातवाना राहणार आहे.

"चवळीची शेंग पिवळी धम्मक अशी झळकते
तिपीतिपी ऊन्हं, श्रावणाचे गान कंठात झुलते"

"शेत गव्हाचे पिवळे जरा नशेत झुलते
आणि साळीचे उगाच अंग शहारून येते
पोटऱ्यांतल्या गव्हाचे हसू ओंब्यात दाटते
केळ कातीव रूपाची छाया पाण्यात शोधते"

"वाऱ्यावर
गंधभार
भरलेले ओचे,
झाडांतून
लदबदले
बहर कांचनाचे"

"याला काय लेऊ लेणं
मोतीपवळयाचं रान
राती चांदण्या रानात शिंणगाऽर
सारी दौलत जरीच्या पदराऽत"

"पिंगऽट पिवळी ज्वारीतली पानं
हळदी उन्हात झुले चंद्रबन"

"चिंब पावसानं रान झालं आबादानी
झाकू कशी पाठीवरली चांदणगोंदणी"

"घराचे उंबरठे हिरव्या चुड्यांनी अंगण
सारवतील रांगोळी काढतील
ढेकळांच्या गर्तेतून मातीचा सुगंध ओसंडून
उन्मळेल"

अशी कितीतरी उदाहरणे देता येतील. ही नुस्ती निसर्गचित्रे नाहीत ही जाणीव होणे महत्त्वाचे आहे. हे निर्मितीच्या साक्षात्काराने पिसाटून गेलेल्या मनाचे बेहोश

होऊन काढलेले हुंकार आहेत. दैनंदिन कामातल्या निर्मितीच्या आनंदातून झालेली ही काव्यनिर्मिती आहे. कला आणि दैनंदिन काम ह्यांचे इतके जवळचे व अतूट नाते हे ह्या खेड्यातल्या संस्कृतीचे वैशिष्ट्यच आहे. कलेची निर्मिती पुरस्कार, प्रसिद्धी, पैसा, प्रतिष्ठा ह्यांसाठी होतांना इथे दिसत नाही. जगण्याच्या प्रक्रियेत एका उन्मादी अवस्थेत ती सहजतेने जन्म घेताना दिसते.

''– सरलं दळण
ओवी अडली जात्यात
उभ्या जन्माचा उमाळा
कळ सोसून डोळ्यांत.''

''सगळं घरभर असतानाही कधी वेडेपणा करायची
तिला वाट्टेल त्या रात्री जात्यावर बसायची
जुन्याच ओव्यांचे दारिद्र्य पांघरायची लक्तरांसारखी.''

वर वर्णिलेल्या अवस्थेस दोन्हीही पदर आहेत. दैनंदिन काम सुसह्य होण्यासाठी गाणे, गाण्यातून दैनंदिन जीवनातील सुखदुःखांच्या संबंधांचा भावनात्मक आनंद मिळवणे असे हे पदर. अशा उमाळ्यातून नक्कीच नव्या लोकगीतांची आपोआप निर्मिती होत असणार उद्याच्या दळणासाठी. ह्यातूनच जीवनाचा सहज, सोपा परंतु म्हणूनच हादरवून सोडणारा अर्थ उलगडत जात असणार.

''मायबाई, हे तुझ्यातलं गूढ,
कशाला सांगितलंस शेवटला बाई ?
तू हे तळघर निष्कारण फोडलंस
सगळी दीपमाळ थरथरून गेली
तुझ्या ओवीभोवती''

''जात्यात, पिठावर लाल थेंब कुंकवाचे
ओवीत गोठले रक्त मुक्या शब्दांचे''

अशा उत्कट अवस्थांची वर्णने ह्या कवितेत जागोजागी दिसतात. अशाच उमाळ्यांतून, लक्षातसुद्धा येणार नाही इतक्या सहजपणे, नवनिर्मिती होऊन

लोकगीतांचे भांडार वृद्धिंगत होत असणार. जगण्याचे ह्या मातीशी असलेले नातेच इतके सहजसुंदर आणि परस्परपूरक आहे ही गोष्ट महानोरांची कविता वाचून लगेचच जाणवते.

एखाद्या कवीचे व्यक्तिमत्त्व त्याच्या कवितांतून शोधणे आणि ते उलगडून दाखवणे अत्यंत आवश्यक आणि त्याच वेळी अतिशय अवघड काम असते. संपूर्ण कविता वाचूनच व्यक्तिमत्त्वाची जाणीव वाचकास आपोआप होत असते. पण आपल्याला जाणवलेले दुसऱ्याला पटेल अशा पद्धतीने समजावून सांगणे जमेलच याची शाश्वती नसते. एक तर कवी आपल्या कवितेतून आपल्या व्यक्तिमत्त्वाबद्दल उघडपणे काही विधाने करील ह्याची क्वचितच शक्यता असते. कारण त्यामुळे कधी कधी काव्याला बाध येण्याची शक्यता असते. म्हणूनच बहुतेक चांगल्या कवितेतून प्रत्यक्षपणे व्यक्तिमत्त्वासंबंधी विधाने सापडत नाहीत. उलट उघडपणे लोकांसमोर व्यक्तिमत्त्व मांडण्यापेक्षा ते लपवण्याचा प्रयत्न चांगल्या कवितेतून दिसतो. मात्र ह्याचा अर्थ कवीच्या व्यक्तिमत्त्वाचा त्याच्या काव्याशी संबंधच नसतो असा मुळीच नाही. कवितेतल्या शब्दाशब्दांतून कवीचे व्यक्तिमत्त्व फुललेले असते, मात्र त्याचा शोध घेणे व त्याची जाणीव होणे आवश्यक असते. शिवाय प्रत्येक व्यक्तिमत्त्वात काही विसंगतीही असू शकतात, आणि व्यक्तिमत्त्व सुसंगतच असावे ह्या रूढ कल्पनेमुळे हे काम अत्यंत समजूतदारपणे व जिव्हाळ्यानेच करावे लागते. चांगली कविता व्यक्तिमत्त्वाच्या गाभाऱ्यातून कवीच्या सर्व मानसिक शक्तीनिशी बाहेर पडलेली असते. साहजिकच अशा कवितेत खोटेपणा, दंभ, मुद्दामहून घेतलेला पवित्रा इत्यादींचा शिरकाव होणे शक्य नसते. मात्र सगळेच कवी चांगले कवी असतातच असे नाही. त्यामुळे एखादे रचनातंत्र अवगत करून, एखादी लय घट्ट पकडून ठेवून, आवश्यकतेनुसार विषय वगैरे निवडून कविता बनवणेही साहित्यिक संस्कृतीत चालूच असते. अशा कवींच्या कविता कितीही लयबद्ध, रचनातंत्राच्या कौशल्यामुळे सुबद्ध बांधणीच्या असल्या तरीही मूळ व्यक्तिमत्त्वाचा त्यात गंध नसल्यामुळे त्या वाचकांना फक्त काही क्षणच रिझवू शकतात. त्या कधीही दीर्घकालीन परिणाम करीत नाहीत. वाचकांच्या व्यक्तिमत्त्वाच्या गाभ्यावर आघात करणे त्यांना अशक्यच असते. चांगल्या कवितेत मात्र कवीने अधोरेलिखित केलेले अनुभव, त्यांची विशिष्ट पद्धतीने केलेली गुंफण, त्यासाठी योजलेली लय, त्यासाठी वापरलेल्या शब्दांची योजना

इत्यादी सर्व बाबींस कवीचे व्यक्तिमत्त्व कारणीभूत असते. शिवाय एका कवितेपेक्षा सर्व कवितांमधून दिसून येणारे कवीचे व्यक्तिमत्त्व निव्वळ साहित्यिक संस्कृतीच्याच नव्हे तर मानवी संस्कृतीच्याच दृष्टीने महत्त्वाचे असते. कारण काव्यास्वाद हा दोन व्यक्तिमत्त्वांचा संवाद असतो असे आम्ही यापूर्वीच सांगितलेले आहे. ही व्यक्तिमत्त्वे जागृत असतील तरच त्यांचा संस्कृतीच्या संवर्धनात सहभाग शक्य असतो.

महानोरांच्या कविता वाचल्यानंतर त्यांच्या व्यक्तिमत्त्वाचे विविध पैलू आपल्यासमोर उलगडत जातात, आणि ते सर्व पैलू मानवी संस्कृतीच्या संदर्भात अत्यंत महत्त्वाचे असल्याने त्यांचा विचार (म्हणजेच त्यांच्या कवितेचा मानवी संस्कृतीच्या संदर्भातला विचार) करणे अपरिहार्यच आहे.

ह्या कवीच्या व्यक्तिमत्त्वाचे पहिले महत्त्वाचे वैशिष्ट्य असे की तो संपूर्णपणे रानाशी एकरूप झालेला आहे. ह्या रानाचे सुखदुःख आणि त्याचे सुखदुःख एक झालेले आहे. रान जेव्हा हिरवेगार असते तेव्हा तो बेहोश होऊन पाखरांशी खेळ मांडून गाऊ लागतो. रानावर जेव्हा नुस्ताच शुकशुकाट असतो, दुष्काळामुळे रान दुःखी असते तेव्हा कवी व्याकुळ होतो. रान आणि भोवतीचा परिसर ह्याच्याशी कवी इतका एकरूप झालेला आहे की रानातली झाडे, पाखरे माणसांसारखी, व माणूस झाडा-पाखरांसारखा केव्हा वागू लागतो ह्याचा क्षणभर वाचकालाही उलगडा होत नाही. उदाहरणार्थ,

''हिरव्या पानात पानात काही चावळ चालते
भर ज्वानीतली ज्वार अंग मोडीत बोलते
शेत गव्हाचे पिवळे जरा नशेत झुलते,
आणि साळीचे उगाच अंग शहारून येते.''

इथे ज्वारी अंग मोडीत चालते, गव्हाचे शेत नशेत झुलते आणि कमाल म्हणजे साळीचे अंग उगाच शहारून येते. आता उगाच शहारून येणे ही किती स्त्रीसुलभ गोष्ट आहे, पण इथे ती साळीच्या बाबतीत घडते आहे. याच संदर्भात आणखी एक कविता बघा –

''कानोसा घेताना केळ अंगात कापते
सिताफळीच्या कानात काही हळूच सांगते

बोरी वो बाभळीं
मायेच्या झाल्या नारी
– केळ कमळण
झाली प्रसूत दुपारी
सुने माळरान, डोळा रुखेसुखे ऊन
पोटी लपेटून निघे सासुरवाशीण."

ह्या कवितेत तर स्त्री आणि निसर्गाची एकरूपता अधिकच नाजूक अवस्थेत पूर्णत्वाला पोचलेली दिसते. किंवा,

"ज्वार उभार, गर्भार,
हिरव्या पदराला जर,
निऱ्या चाळताना वारा
घुसमटे अंगभर."

अशी अनेक मानवी अवस्थांतली उदाहरणे ह्या कवीच्या कवितांमधून जागोजाग सापडतील. निसर्ग आणि मानव ह्यांच्यात काही दुरावा असतो ह्याचे भानच हा कवी संपूर्णपणे विसरून गेला आहे. आता ही उदाहरणे बघा –

"असा शब्द टाकू नये, डोळा रंग माखू नये
गच्च भरल्या रानाला अशी गळ घालू नये
खुळ्या, नुसतेच डोळ्यांनी रान झेलू जाऊ नये"

किंवा,

"बोंड बोंडात कपाशी फुले अंग वेचताना
कशी वेचावी वेचावी हर्ष डोळ्यात मावेना"

किंवा,

"अशी झोपडी बोलघेवडी पांथस्थाचा पाय अडे
दाट जोंधळ्या रानामधला हुरडा पाहून भूल पडे."

ह्या सर्व उदाहरणांत माणसे निसर्गरूपाने वावरताना दिसतात. साध्यासाध्या निसर्गवर्णनांमधूनसुद्धा हे कवीच्या नकळत घडताना दिसून येते. गच्च भरल्या रानाला घातली जाणारी गळ, बोंडाबोंडातली कपाशी वेचताना फुलून येणारे अंग, बोंडाबोंडातली कपाशी वेचताना फुलून येणारे अंग, जोंधळ्या रानामधला हुरडा पाडून पडणारी भूल हे सर्व म्हणजे मानवी भावविश्व निसर्गाच्या भाषेतून बोलविण्याचे नितांतसुंदर प्रयोग आहेत. हा कवी निसर्गाच्या बोलीचाच शब्द होत आहे एवढेच नसून मानवी भावविश्वाला निसर्गाची हिरवी बोली प्रदान करतानाही दिसतो आहे. निसर्ग आणि मानव ह्यांचे भावनिक पातळीवरील हे संबंध मराठी कवितेत अप्रूप आहेतच, शिवाय मानवी संस्कृतीच्या भवितव्याच्या दृष्टीनेही खूपच महत्त्वाचे वाटतात.

ह्या कवीला खेड्यातील शेतकऱ्यांना करावे लागणारे काबाडकष्ट अस्वस्थ करताना दिसत नाहीत. तिफण चालवताना काटा मोडलान् रक्त सांडले वगैरे गोष्टी कधीही ह्या कवितांतून येताना दिसत नाहीत. चैतन्याच्या बागा फुलवल्याचा आनंद इतका उच्च दर्जाचा आहे आणि देहभान हरवणारा आहे की त्यापुढे ह्या काबाड-कष्टांना स्वतंत्र अस्तित्वच उरत नाही. परिश्रमात आनंद आहे, संकटांवर मात करण्याचे प्रचंड बळ लाभलेले आहे. निसर्गाच्या चैतन्यमय स्वरूपाशी एकरूप झाले की, तांबड्या मातीचा मरवठ कपाळी भरला की कशाचीच तमा नाही. ज्या निरागस आणि उत्कट पातळीवर कवीचे निसर्गाशी संबंध आहेत त्याच पातळीवर खेड्याशी आणि खेड्यातील माणसांशी तो संबंध ठेवतो. ही संबंध प्रस्थापित करण्याची परंपरा आपल्या संस्कृतीत संतांनी अगोदरच रुजवून ठेवलेली आहे. कवीचे व्यक्तिमत्त्व हे संतांच्या मायेत आणि आपल्या लोकगीतांच्या सावलीत वाढलेले आहे. त्यामुळे त्याला असले संबंध ठेवणे व त्यासोबत येणारे दुःख झेलण्याची क्षमता बाळगणें सहज शक्य आहे. निसर्गाची विविध रूपे पाहून बेहोष होणारे, आनंदून जाणारे, खेळ मांडून गाणारे व्यक्तिमत्त्व खेड्यातील जीवनाच्या सुखदुःखांच्या क्षणीसुद्धा तितक्याच उत्साहाने त्याच्याशी समरस होताना दिसते. खेड्यातील जगण्याच्या प्रवाहातील अशी अनेक दृश्ये कवीला साक्षात्काराची स्थिती प्राप्त करून देतात आणि आपोआपच काव्यरूप धारण करताना दिसतात. ह्याची साक्ष देणाऱ्या खालील कविता पहा –

''दिवेलागणीची वेळ, रोज अंगण हिंदळ
नव्या गर्भार पोरीची काही कानात चावळ
ओले हळदीचे अंग, पोरी खेळण्यात दंग
ओटद्यावरल्या डोळ्यांत जुने घोटाळले छंद
असा धिंगाणा घालती, रोज वाऱ्याला भरती
सारे कळू आले तरी पोरी झिम्माच खेळती.''

दिवेलागणीच्या वेळी झिम्मा खेळणाऱ्या पोरींचा धिंगाणा कवीला खेड्यातल्या सामूहिक जीवनातल्या निखळ निरागस आनंदाचा क्षण बहाल करतो. किंवा,

''गाव कोसाला पाणतळ्याला
सात गौळणी आल्या पाण्याला
नांव्या घागरी पाणी भरती
साऱ्या गौळणी खेळ मांडती
एक गौळण गीत म्हणते
पाणी फेकते चोळी भिजते
नाव घेण्याचा हट्ट धरते
पाणी सांडते –''

गावकोसाला पाणी भरण्यासाठी आलेल्या सात गौळणींचा हा खेळही कवीला खिळवून ठेवतो. आशय आणि आविष्कार ह्या दोन्ही पातळ्यांवर लोकगीतांशी नाते सांगणारी ही कविता कवीच्या व्यक्तिमत्त्वातील निरोगी मानवी संबंधांचे जबरदस्त आकर्षणच व्यक्त करते.

किंवा,

''ओटी कापूस भरला जडावलं गं चालणं
तंग काचोळीच्या गाठी धुंडी मनाचं चांदणं
दीस होईल कलता राया येईल घराला
चवळीच्या भाजीसंगे चव कांदा भाकरीला''

कापूस वेचताना ओटी कापूस भरून कलत्या प्रहरी राया घरी आल्यावर

त्याच्यासंगे चवळीची भाजी आणि कांदाभाकरी ह्यांना येणाऱ्या चवीने हर्षून गेलेल्या स्त्रीचे हे चित्रही कवीच्या व्यक्तिमत्त्वाला असलेली मधुर मानवी संबंधांची ओढच दर्शविते.

किंवा,

"आज तिने कुठल्या सजणाला दूर नभातून बोलविले
भरात येऊनि नग्न शरीरी उघड्यावरती भोग दिले
काचोळीची गाठ सावरित हळू तयाला सांगितले
तिचिया पोटी पाचघडीचे लख्ख चांदणे अवघडले"

स्त्रीपुरुष संबंधांच्या नैसर्गिक रूपाचे हे चित्र आहे. कवी स्त्रीपुरुष-आकर्षण आणि संबंध ह्यांच्याकडे एक नैसर्गिक आकर्षण आणि सहज संबंध ह्या दृष्टिकोनातूनच बघतो आहे. आकर्षण, शरीरसंबंध आणि त्याचा नैसर्गिक परिणाम, त्यामुळे पुन्हा वाढत जाणारे आकर्षण आणि त्यातून येणारे झपाटलेपण हे महानोरांच्या कवितेतून वारंवार येताना दिसते. ह्या नैसर्गिक चक्रापोटी मानवी समाजात भोगावी लागणारी दुःखे सहन करण्याचे बळ स्त्रियांमध्ये निसर्गदत्तच आहे की काय, असेही वाटू लागते. वरील कवितेतील 'भरात येऊनि नग्न शरीरी उघड्यावरती भोग दिले' ह्या ओळींनी शहरी, बंदिस्त व चोरट्या कामक्रीडांत गुंतवून घेणाऱ्या लोकांनी हुरळून जाणे शक्य आहे. पण गर्भपाती संस्कृतीतल्या ह्याच लोकांना 'तिचिया पोटी पाचघडीचे लख्ख चांदणे अवघडले' ह्या ओळी पेलणे सोयीचे वाटणेच शक्य नाही.

किंवा खालील कविता बघा, –

"निघताना वेशीपाशी
डोळे भिजले गड माय
इथे गुंतल्या मायेची
ओटी भरलेली सय
वाटा गेल्या दूरदेशी
तरी मन घोटाळावे
कधी तुडुंब दुःखात
डोळे माहेराला यावे"

सासुरवाशिणीची माहेराबद्दलची ओढ, हे स्त्रीच्या आयुष्यातील एक चिरंतन दुःख आहे. मानवी संबंधात कधीकधी अपरिहार्यपणे येणारी दुःखही असतात. अशा चिरंतन दुःखाची गाणी कायम लोकगीतांमधून दिसून येतात. ह्या चिरंतन दुःखाचे गोठलेले क्षण महानोरांच्या ही कवितेतून अनेकदा दिसतात. ह्या आणि इतर असल्याच दुःखांना ओव्यातून वाट मोकळी करून देणाऱ्या स्त्रियांही महानोरांच्या कवितेतून कायम दिसून येतात. 'आई, अपरात्री उठायचीं' ही संपूर्ण कविता ह्या बाबतीत वाचकांनी आवर्जून पुन्हा-पुन्हा वाचून बघावी.

महानोरांचे व्यक्तिमत्त्व इतके निसर्गमय होत गेले आहे की ते कायम आपल्या कवितेतून डोळ्यांची भाषा बोलताना दिसतात. खरे तर दोन व्यक्तींत संपूर्ण संवादाची शक्यता भाषेपेक्षाही डोळ्यांनीच अधिक असते. भाषा खोटी बोलली जाऊ शकते. डोळ्यांच्या नैसर्गिक भाषेत खोटेपणाला वाव नाही. त्यामुळेच या कवीला डोळ्यांचे महत्त्व अधिकच वाटते. म्हणूनच महानोरांच्या बहुतेक कवितांमधून वेगवेगळ्या पद्धतीने डोळ्यांचे उल्लेख येत असतात. उदाहरणार्थ,

''पक्ष्यांची भाषा कळली नाही कधी
पण डोळ्यांच्याबरहुकूम
चिवचिव शब्दांना अर्थ लावत गेलो
– असेच काही तिच्या शब्दांचेही झाले.

नदीच्या पाण्यात कवडसे हालले
हिरव्या पानजाळीतले अगदी एकाएक
तिचे डोळे लखाखले. तिने विचारले –
त्या ऊनसाउल्यांचे अर्थ – तेही डोळ्यांनी.''

कवी डोळ्यांतून निघणाऱ्या भाषेला शब्दरूप देताना दिसतो. डोळ्यांच्या भाषेशी सलगी केल्याने, डोळ्यांच्या भाषेचा लळा लागल्याने एक वैश्विक भाषा निर्माण होते आणि तिचा वापर झाडे, फुले, पक्षी, नदी, डोंगर, माणसे सारेच करतात. हीच वैश्विक भाषा कवीच्या हाती लागल्यामुळे त्याला पाखरांच्या चिवचिवीचा अर्थ डोळ्यांवरून समजतो व तो पाखरांशी खेळ मांडून गाऊ शकतो.

"चिमण्यांचे निळे डोळे
नभाच्या कपारी
– आभाळ झेलून पुन्हा
आलेले माहेरी
निथळते अंग
सावरता झाडातून
पावसाला डोळे आले
गर्द पानातून"

आणखी एक उदाहरण बघा –

"शब्दांशिवायच्या
मंदार बोलीची
आभाळाला गस्त
डोळ्यांनी हालता हलावे अंबर
ऐसे बेगुमान
ऐश्वर्याचे डोळे गलबलून ओले
थेंबात मिटून"

किंवा,

"तुला नाही कसे म्हणू ? मृत्यूनंतरही
तुझ्या गाण्याची लकेर माझ्याही शब्दांना
मृत्यूपर्यंतची.
डोळ्यांच्या निबिड तळघरात बुडणारी"

'तुझी पुण्याई माझ्या शब्दांना सायीसारखी' असे आईच्या पुण्याईस आदर देणारा हा कवी आईने ऐकवलेल्या उद्ध्वस्त गाण्याची लकेर मरेपर्यंत साठवून ठेवत आहे तीही 'डोळ्यांच्या निबिड तळघरात'. ही लकेर कवीच्या डोळ्यात शब्दांशिवाय कुणासही पाहता येईल. ह्या कवीच्या विश्वात झाडांना, तळ्याला, नभाला, पक्ष्यांना, साऱ्यांनाच डोळे आहेत. म्हणूनच कवी त्यांच्याशी संवाद साधू शकत आहे.

"मृगाचे आभाळ
उतरले डोळा
मोरपंखी लळा"

"मायबाई, माझ्या
डोळ्यात काहिली
जळताना ओली"

"आला सैरावैरा
सारल्या जाईना
पाहुण्या डोळ्यांची बोली
टाळता येईना."

अशी डोळ्यांची साक्षात् संवादांची विविध भावावस्थेतील अशी कितीतरी उदाहरणे महानोरांच्या कवितांमधून विखुरलेली आहेत. इथे डोळे म्हणजे व्यक्तिमत्त्वाचे सर्वस्वच आहे. हे व्यक्तिमत्त्व अंगावर येणारी दुःखे डोळ्यांनी पेलताना दिसते. म्हणूनच 'दुःख पेलण्याएवढे बळ नाही डोळा' असे उद्‌गार सहजपणे त्यातून येतात.

हे संवेदनशील व्यक्तिमत्त्व असल्यामुळे त्याला दुःखाचा कायमचा सहवास आहे. शिवाय हे व्यक्तिमत्त्व निसर्ग, खेडे, खेड्यातील माणसे ह्या सर्वांशी भावनिक एकरूपता जोपासून आहे. म्हणूनच स्वतःच्या दुःखांसोबतच खेड्याची दुःखे आणि निसर्गाचीही दुःखे त्याला भोगावी लागतात. आणि ह्या त्रिगुणित दुःखांचा मारा सहन करीतच हे दुःख घडताना दिसते. मात्र कितीही दुःखे असली तरी ती पचवायची व सहन करायची शक्ती आणि शहाणपण त्यातील परंपरेने आणि निसर्गाने दिलेले असल्यामुळे दुःखांचा भळभळीत आक्रस्ताळी आविष्कार किंवा दुःखाचे गर्भपाती आविष्कार महानोरांच्या कवितेतून कधीही घडत नाही हे लक्षात घेणे आवश्यक आहे. भडक, सांकेतिक दुःखाचा शब्दबंबाळ आततायी आविष्कार करण्याचा लोकप्रिय प्रकार महानोर आपल्या संयत, गंभीर आणि सोशिक व्यक्तिमत्त्वाच्या आधाराने सहजपणे टाळू शकतात. हे त्यांच्या व्यक्तिमत्त्वविकासाच्या आणि काव्यविकासाच्या दृष्टीनेही महत्त्वाचे तर आहेच, पण विशेष म्हणजे मराठी

काव्यविकासाच्या दृष्टीनेही ते जास्त मोलाचे आहे.

खालील काही कवितांवरून कवीची विविध प्रकारची दुःखे ध्यानी येऊ शकतात –

"साऱ्यांसाठी झाले उभय देहाचे मरण
सगेसोयरेही कधी जातात दुरून."

"नंग्यांच्या वस्तीशी
माझ्या जन्मगाठी
नसता आटाआटी
जन्मभर."

"कशासाठी देवा
तुझा अट्टाहास
कोवळ्या गर्भाला
जन्माआधी वनवास"

"पांगलेला पावसाळा, वाट भरलेली धुळीने
मोडक्या फांदीस घरट्टे, वाळलेली शुष्क पाने
दूर गेल्या पायवाटा, डोंगराच्या पायथ्याशी,
पंख मिटल्या झोपड्यांचे दुःख कवटाळे उराशी,"

"कुठे गाईच्या हंबराला न पान्हा
मुकी आंधळी सांज वेशीवरी
थंडावल्या प्रार्थना मंदिराच्या
कुठे झांज ना टाळ पारावरी"

"खुळ्या मोडक्या खेड्याचे डोळे गळू आले आता,
झाडांतून उदासल्या पार धुव्वाधार वाटा"

"ओरबाडे सोसतांना रानोमाळ ओला स्वर
तरी गिरेंबाज आज खोट्या नशेत गुबार"

''कोणी मरो तरी ह्यांचा असतांना खेळ
महात्म्याच्या गाथेखाली पेटविला जाळ
ह्यांच्या करणीने सत्य छिन्नभिन्न झाले
भर पावसांत उभे गांव ओस झाले''

''दुःख वाटून घेतले प्राणांपरी ज्यांच्या घरी,
पेरले धनधान्य तेथे वाढल्या विषवल्लरी''

''कुठे ना ओलावा कोणा सांगावी कहाणी
कबीराचा दोहा आता जगण्याकारणी
सांगावी वेदना कोणा ऐकेनाच कोणी
त्यांच्या आसनाला नाही दुःखाची डागणी.''

''मी एकटा स्तब्ध उभा झाडाच्या बुंध्याशी, उघडयां डोळ्यांनी,
उघड्या डोळ्यांनी पाहिलीत दोन भुकेने तडफडून मेलेली कारटी
पाणवटल्या डोळ्यांनी गोऱ्या राजाचे महिमान गाणारी जख्ख म्हातारी
मी पाहिल्या पासरीभर ज्वारीवर भोग देणाऱ्या रूपवंत पोरी''.

अशी कितीतरी उदाहरणे कवीच्या दुःखाची साक्ष देतात. इतरांसाठी, खेड्यासाठी उभ्या देहाचे सरण केले तरी त्याचा परिणाम काहीच होत नाही, इतर चांगले होत नाहीत, चांगले वागत नाहीत. जणू काही नंग्यांच्या वस्तीशीच कवीची गाठ आहे. निसर्गसुद्धा अधूनमधून बरसाती हुकवतोच आणि कोवळ्या गर्भाला जन्माआधी वनवास भोगावा लागतो. खेड्याचे डोळे गळू आलेत. पोहऱ्यातली राने हिरमुसन आहेत. आणि सारे जण मने दुमडून आपापल्या घरट्यात शिरत आहेत. निसर्गही साथ देत नाही आणि माणसेही साथ देत नाहीत तेव्हा कवी गलबलून जातो. निसर्गाची साथ न मिळणे हा त्याच्या पातळीवरचा नियम असेल, पण माणसे जेंव्हा एकमेकांची अशा व इतर वेळीही साथ देत नाहीत तेव्हा मात्र कवी प्रचंड अस्वस्थ होतो व क्रुद्ध होऊन उठतो. आणि 'पेरले धनधान्य तेथे वाढल्या विषवल्लरी' असे निसर्गाच्या भाषेत समाजात पसरलेल्या विषवल्लरीचे वर्णन करतो. माणसातला ओलावा संपला की खरोखरच किती भयावह परिस्थिती निर्माण होते ह्याची

कवीप्रमाणेच इतरांनाही जाणीव होणे आवश्यक आहे. अखेर ह्या ओलाव्यातच मधुर मानवी संबंध अंकुरतात हे विसरून कसे चालेल ? पाऊस नसल्यामुळे येणारी जीवघेणी दुःखे वर दिली आहेतच, पण 'भर पावसात उभे गाव ओस झाले' हे मानवनिर्मित दुःख जास्त चिंता करण्यासारखे आहे. आसनांचा खेळ सुरू झाला आहे. ह्या आसनाच्या खेळापायी सत्य छिन्नभिन्न होत आहे. आणि आसनांना दुःखांची लागण कधीच होत नाही. एकूण माणसातला ओलावा आटलाच आहे. आणि मूलभूत पाशवी प्रवृत्तींचा नंगानाच पराकोटीला गेला आहे. ह्यामुळेच कवी अतिशय व्याकुळलेल्या व असहाय्य अवस्थेतून जाताना दिसतो. ही आजची अवस्था मानवी संस्कृतीच्या भवितव्याच्या दृष्टीने भयानक घातक आहे ह्याची कवीला कल्पना असल्याने कवीची व्याकुळता अत्यंत मोलाची ठरते. निसर्ग व मानव ह्यांचे व मानवी समाजात मानव-मानवांचे एकमेकांशी असलेले नाते व संबंध ओलाव्याचेच असणे मानवी संस्कृतीच्या संवर्धनाच्या दृष्टीने महत्त्वाचे आहे. मात्र ह्या भयावह स्थितीचे दुःख कवीला एकदम हताश, गर्भगळित करीत नाही. कवीचे आत्मिक बळ प्रचंड आहे –

> "जन्मापासूनचे दुःख जन्मभर असे
> जन्मभर राहो, मला त्याचे न फारसे"

कारण –

> "डोळे गच्च अंधारून, तेव्हा माझे रान
> रानातली झाडे मला फुले अंथरून"

एवढेच नव्हे तर रानात झाडे व फुले नसतांनाही

> "ही पिसाट दुःखे असो नसो वा कोणी
> मी मरवठ भरला लाल मातिचा भाळी"

निसर्ग कोपला तरी लाल मातीचा मरवठ भाळी भरलेला कवी असल्या दुःखांना हार जाणारा नाही. दुःख सोसण्याचे, पचवण्याचे हे प्रचंड बळ लाल मातीचा मरवठ भाळी भरूनच येणे शक्य आहे.

हा कवी नुसती दुःखे पचवतो आहे एवढेच नाही तर आपले पिसाटणारे

आडवाटेने चालणेही अव्याहत चालूच ठेवतो आहे आणि मग

''मज कळेना चालताना दुःख कैसे फूल झाले
अन् कुणाचे दिव्य आशिर्वाद मज घेऊन आले''

कवीच्या ह्या एककल्ली एकटे चालत जाण्यात दुःखाचे फूल झाले आहे आणि आजच्या मानवी संस्कृतीच्या भयावह परिस्थितीत ह्या फुलाचा मंद गंध हीच एकमेव आशेची, व अशा स्थितीतही श्वासोच्छवास शक्य आणि सुखावह करणारी बाब आहे.

महानोरांच्या कवितेतून फुललेले त्यांच्या व्यक्तिमत्त्वाचे असे इतरही कितीतरी पैलू उलगडून दाखवता येतील. खूप दुःखे पचवून त्याचा शक्य तो बोभाटा होणार नाही ह्याची समंजस आणि नैतिक जाण त्यांच्यात दिसते. म्हणूनच ह्या कवितांमधून दुःखांचा अत्यंत संयत आणि सूचक, मृदू व लीन शब्दांत होणारा आविष्कार आपल्याला दिसतो. आपल्या परंपरेतील संतकवींमधील ज्ञानेश्वराच्या प्रकृतीशी महानोरांची प्रकृती बरीचशी जवळची वाटते ती ह्या संयत मृदु लीन शब्दकळेमुळेच. हळूहळू महानोरांच्या कवितेतून, आपण ज्यांना वैयक्तिक दुःखे म्हणतो अशा दुःखांचा लोप होताना दिसतो व वैयक्तिक दुःखे पचवून गावाची, सर्वसामान्यांची दुःखे हीच कवीची स्वतःची दुःखे होताना दिसून येतात. पवित्रा घेऊन दुसऱ्यांच्या दुःखांबद्दल लिहिणे तसे सोपे असते, पण अशा कविता पवित्रा घेऊन लिहिलेल्या असल्यामुळे चांगल्या कवितेचे पावित्र्य आणि बळ त्यात दिसत नाही. वाचकाच्या व्यक्तिमत्त्वाच्या परिघावर किंचित तरंग उठवण्यापलीकडे अशा कवितांची पोच नसते. इतरांची, समूहांची दुःखे आपलीशी करणाऱ्या संतप्रवृत्तीकडे झेप घेण्याची ताकद कवीत आल्याशिवाय अशा कवितांना बळ व पावित्र्य येत नाही. आणि जेव्हा असे बळ व पावित्र्य येते तेव्हा त्यातून बाहेर पडलेली कविता निव्वळ वाचकांच्या व्यक्तिमत्त्वाच्या परिघावर तरंग उठवून थांबत नाही तर त्या व्यक्तिमत्त्वात भोवरे निर्माण करते. परिणामी वाचकाचे पूर्ण व्यक्तिमत्त्व ढवळून निघते व गाभ्याला हादरे देण्याचे काम करते. महानोरांच्या कवितेने ही झेप घेतलेली आहे, म्हणूनच इतरांच्या, गावाच्या दुःखाने ती व्याकुळ होताना दिसते. ही व्याकुळता पवित्र आहे ह्याची जाण ढवळून निघणाऱ्या वाचकाला आपोआपच होते. आपल्याकडे कवितेची सामाजिक,

राजकीय, वैयक्तिक, रोमँटिक, निसर्गविषयक अशी विभागणी करण्याचा जोरदार प्रघात आहे आणि तो अत्यंत घातक आहे असे आम्हास वाटते. कविता हा मूलतः एका व्यक्तिमत्त्वाचा भावनिक आविष्कार असतो आणि त्यात खरे तर पवित्रा घेण्याला मुळीच वाव नसतो. पवित्रा घेतला की तोल जाणार आणि परिणामकारकतेला बाध येणार हे नक्कीच. पण वरील प्रकारे कवितांच्या वर्गीकरणाची पद्धत सुरू झाली की अनेक कारणांपायी एकेक सामाजिक-राजकीय विषय घेऊन कविता लिहिण्याचे प्रयत्न सुरू होतात मात्र व्यक्तिमत्त्वाची तेवढी झेप नसल्याने, ते ते सामाजिक-राजकीय विषय त्या व्यक्तिमत्त्वाचा अभिन्न भाग नसल्याने, दैनंदिन जगण्यात त्या विषयांशी फारकत झाल्याने, काव्यक्षेत्रात अशी कवितांची सूज भरमसाठ वाढत जाते. सामाजिक राजकीय जाणिवांना कवीच्या व्यक्तिमत्त्वाचे हातपाय व त्याच्या दैनंदिन जगण्याची भुई लाभल्याशिवाय अशा जाणिवा कवितेतून उभ्या राहू शकत नसतात ह्याची जाणीव मराठीतल्या बहुसंख्य कवींना होणे आवश्यक आहे. ही जाणीव नसेल तर उगीचच वर्गीकरण करीत बसल्याने एकंदर कवितेचे नुकसानच जास्त संभवते.

मराठी काव्यक्षेत्रात आधुनिक काव्याबाबत दोन बाबी प्रस्थापित झाल्या आहेत. एक म्हणजे जे लयबद्ध नाही तेच आधुनिक काव्य असते आणि दुसरे म्हणजे ज्यातून सहजासहजी अर्थबोध होत नाही व जाणवतही नाही ते आधुनिक काव्य. हे दोन्ही अपसमज प्रस्थापित झाल्यामुळे मराठी काव्यक्षेत्राचे अतोनात नुकसान झालेले आहे. आधुनिक समजल्या जाणाऱ्या कवितेची अवस्था आत्मलुब्ध त्रिशंकूसारखी झालेली आहे. लय ही अत्यंत मूलभूत महत्त्व असलेली गोष्ट आहे. लयीचा व काव्याचा अविभाज्य असा संबंध असतो. खरे तर मानवी भावनांचा, भाषेचा, मानवी हावभावांचा व म्हणूनच एकूणच जगण्यातील भावनिक अवस्थांचा लयीशी संबंध असतो. मानवी जगण्याला हृदयाच्या लयबद्ध हालचालींची अव्याहत साथ असते. ह्या हालचालीतील लयबद्धता बिघडली की मानवी जगणेही बिघडते. ही हालचाल थांबली की मानवी संवादाचे माध्यम चेहऱ्याचे हावभाव व शारीरिक हालचाली ह्यांतूनच आवाजांच्या साथीने होत असे. ह्या शारीरिक हालचाली, हावभाव व बिनशब्दांचे आवाज ह्यांचे मिश्रण लयबद्धच असे. ह्यातूनच सामूहिक नृत्यांची निर्मिती झाली. तसेच ह्यातूनच हळूहळू भाषा उत्क्रांत झाली व ती अत्यंत लयबद्ध

अशीच होती. आज काव्यात जी लयबद्धता सापडते ती पूर्वीच्या काळी नेहमीच्या बोलण्यातच असायची. ह्याबाबतचे ह्या क्षेत्रातील तज्ज्ञांचे खालील मत बघा : "Thus, the common speech of these savages is rhythmical, melodic, fantastic to a degree which we associate only with poetry. And if their common speech is poetical, their poetry is magical."

आजही कल्पनेने त्या काळच्या लयबद्ध भाषेचे व निसर्गाच्या सान्निध्यातील सामूहिक नाचगाण्यांचे चित्र आपण आपल्या डोळ्यासमोर उभे केले की आपण आपल्या आजच्या जगण्यात काय काय हरवून बसलो आहोत ह्याची प्रखर जाणीव कुणासही सहजच व्हावी. कवितांचा आविष्कार नृत्यगाण्यातूनच मंत्रमुग्ध करणारा, जादूई स्वरूपाचा असाच त्या काळी असे. कालाच्या ओघात आपण भाषेला कृत्रिम स्वरूप देऊन त्यातली लय गमावली, कवितेला प्रथम गाण्यापासून व नंतर लयीपासूनही तोडले. अर्थात् हे होणे क्रमप्राप्तच होते. भाषेचा वापर वैचारिक साहित्य, शास्त्रीय साहित्य इत्यादींसाठी व्हायला लागला, दैनंदिन जीवनात औपचारिकता वाढली, मानवी संबंधातला ओलावा संपून दुरावा निर्माण झाला, उत्कट भावनिक क्षणांच्या सहवासाची शक्यता कमी होत गेली, भाषेचा लिखित आणि छापील वापर वाढला, विनाकारण अवाजवी आणि खोट्यानाट्यासाठी भाषा खेळवली जाऊ लागली आणि अशा कितीतरी कारणांमुळे भाषेतील लयीचा विलय झाला. अर्थात् भाषेची लय ही माणसांच्या बोलण्यातूनच प्रकट होत असते आणि आजही खेड्यापाड्यांतून बोलीभाषेच्या वापरातून तिचा वावर आपणास दिसून येतो. हळूहळू शहरी संस्कृतीच्या अनुकरणाने ही लय पण नष्ट होण्याची शक्यता आहेच. लय नष्ट होण्याचे दुःख नाही, पण लय ही माणसाच्या भावनोत्कटतेशी व म्हणून मानवी संबंधाच्या ओलाव्याशी निगडीत आहे. जर ओलावाच लयास चालला तर मानवी संस्कृतीच धोक्यात येण्याची शक्यता नाकारता येत नाही. आधुनिक काव्यातून लयीच्या उच्चाटनाचे प्रयत्न चालू आहेत आणि लय ही काव्यात अडगळ समजली जाऊ लागली आहे. अर्थात् लोकसाहित्यातून व लोकगीतांतून ह्या लयीचे कधीच उच्चाटन होणार नाही हे खरे असले तरीही लोकगीतांची निर्मितीच इतिहासजमा होत आहे ही एक चिंतेची बाब आहेच.

आधुनिक काव्याच्या संदर्भात असा एक विचार मांडला जातो की लयबद्ध

काव्यरचना कवीच्या मूळ अनुभवास शब्दरूप देताना बरीचशी जाचक ठरते. लयबद्ध रचना करण्याच्या हट्टापायी कवीला निश्चितपणे काही तडजोड करावी लागतच असेल आणि त्यामुळे कवीच्या मनातील मूळ वस्तूला वेगळे स्वरूप प्राप्त होतच असेल. परंतु गद्यमय मुक्तछंदात कविता लिहिताना हे घडत नसेल ह्याची कुणीच शाश्वती देऊ शकत नाही. शिवाय भाषेच्या लयीपेक्षा अनुभवाची लय काव्यात महत्त्वाची असते असेही म्हटले जाते व त्यात आम्हास काही वावगे दिसत नाही. परंतु ह्या गोष्टींची ओळख पटणे तितकेसे सोपे नाही व त्यामुळे हिचा पळवाट म्हणूनही वापर होऊ शकतो. अनुभवांच्या लयीला भाषिक लय आपोआपच सापडते व दोन्ही एकत्रितपणेच प्रकट होऊ शकतात. आणि जिथे असे घडते ते काव्य सर्वच पातळीवर अत्यंत मोलाचे ठरते. महानोरांच्या कविता ह्या लयबद्ध आहेत. मात्र सर्व कविता एकाच लयीत आहेत असेही नाही. अनुभवाला अनुरूप अशी लय त्यांना आपोआपच गवसलेली आहे. एकाच लयीत सर्व अनुभव व्यक्त करता येणे खूप कठीण असते. मूळ भावोत्कट अनुभव, त्यासाठी नादमयी शब्दांची निवड आणि ह्या शब्दांची मूळ उत्कट भावनिक अवस्थेतील अनुभवाच्या लयीनुसार केलेली लयबद्ध गुंफण असा क्रम चांगल्या कवितेत घडत असावा. महानोरांच्या कविता वाचल्यानंतर ह्याचा प्रत्यय येऊ लागतो.

महानोर हे आपल्या कवितेतून मूळ उत्कट अनुभवानुरूपचे लय शोधत जातात. कुठल्यातरी एका लयीत विविध अनुभव कोंबण्याचा प्रयत्न ते कधीच करत नाहीत. अनेकदा एकाच कवितेत विविध लयींची आंदोलनेही आपणास पाहावयास मिळतात. एखाद्या कवितेत उत्कट अनुभवांचा रेटा संपेपर्यंत ते विविध लयींचा वापर करताना दिसतात. एकाच लयीत अनुभव मांडण्यापेक्षा अनुभवानुरूप विविध लयींची निर्मिती हे महानोरांच्या काव्याचे मराठी कवितेच्या क्षेत्रात अपवादानेच आढळणारे वैशिष्ट्य आहे. महानोरांच्या व्यक्तिमत्त्वावर लोकसाहित्याचे, लोककलांचे आणि मराठी संतकवींपासून आजच्या कवींपर्यंत अनेक बाबींचे समंजस संस्कार निश्चितपणेच झालेले असणार. पण ह्या संस्कारांना पचवून महानोरांनी संपूर्णपणे स्वतःची अशी लयबद्ध रचना केलेली आढळते. महानोरांइतके विपुल प्रमाणात लयीचे प्रकार मराठी काव्यक्षेत्रात अन्यत्र सापडणे कठीणच आहे. काव्यातली लय कळण्यासाठी कविता कवीच्या तोंडून ऐकणे किंवा निदान स्वतः

मोठ्याने वाचणे आवश्यक असते. काव्यवाचन ह्या भयानक प्रकारापासून आम्ही कायमच दूर राहिलो आहोत. कवी भयानक आव आणून नाटकी स्वरूपात कविता वाचताना आम्ही एकदोनदा पाहिले आणि ह्या प्रकाराचा धसकाच घेतला. (ह्यापेक्षा गोंधळ, धनगरी ओव्या, पोवाडे, भजन इत्यादी गोष्टी अस्सल स्वरूपात ऐकूनच आमचे देहभान हरपून जाते.) परंतु पहिल्यांदा जेव्हा महानोरांच्या कविता त्यांच्या तोंडून ऐकण्याचा प्रसंग आला तेव्हा सुरवातीस भीतभीतच आम्ही त्या प्रसंगास सामोरे गेलो व पुन्हा एकदा अंगावर रोमांच उभा करणारा व देहभान हरपावयास लावणारा अनुभव आम्ही घेतला. तर लयीचा साक्षात्कार कविता मनातल्या मनात वाचून घडणे जरा कठीणच असते. तसेच ती उलगडून दाखवणारी समीक्षा लिहिणेही तेवढेच कठीण असते. तरीही खालील काही कवितांच्या लयी वाचकांनी जरूर अनुभवाव्यात :

''पक्ष्यांचे लक्ष थवे
गगनाला पंख नवे
वाऱ्यावर
गंधभार
भरलेले ओचे
झाडांतुन
लदबदले
बहर कांचनाचे
घन वाजत गाजत ये, थेंब अमृताचे.''

पहिल्या दोन ओळींत पावसाळी ढगांचा खेळ आहे. अनेक ढग आहेत. मधल्या लहानलहान एकाक्षरी ओळींतून प्रचंड ढगांच्या मानाने लहानशी वाटणारी मनमोहक निसर्गदृश्ये आहेत. आणि शेवटच्या एकाच ओळीत पृथ्वीवर अमृताच्या थेंबांचा चहूकडे वर्षाव होण्याचे वर्णन आहे. अनेक ढगांचे एकच अमृतमय पाणी चहुबाजूला होते हे एकाच ओळीत आहे. नादमधुर शब्द आणि अनुभवाला साजेशी नभ आणि भुईला सांधणारी लयबद्ध रचना खरोखरच मंत्रमुग्ध करण्याची क्षमता बाळगून आहे.

''वाजते घुंगरू
पाणमळ्यात पाखरू
– राजस देहाला
आले आभाळ पांघरू''

ही कविता वाचताना घुंगरांच्या आवाजाच्या लयीचा प्रत्यय एकसारखा येत राहतो.

महानोर कवितेतून अनुभव लयबद्ध करतात तेव्हा दुसऱ्यांनी घातलेले तर सोडाच, स्वतःच अगोदर पाळलेले नियमसुद्धा धाब्यावर बसवतात. अनुभव आणि भावनिक अवस्थांची लयच त्यांना महत्त्वाची वाटते व तिलाच त्यांच्या लेखी विशेष महत्त्व असते. 'रातझडीचा पाऊस' ही कविता या दृष्टीने बघण्यासारखी आहे. तिसऱ्या ओळीचे आणि सहाव्या ओळीचे यमक साधण्याची प्रक्रिया बारा ओळीनंतर पहिल्या व तिसऱ्या ओळीचे यमक साधताना दिसते एवढेच नव्हे तर, 'घाट. निसरडी वाट.'

अशा पद्धतीने घाट शब्दानंतर पूर्णविराम देऊन, घाटावर थोडे भांबावल्यासारखे करून, एका शब्दात एका ओळीचा भास निर्माण करतात. आणि मग पुन्हा 'निसरडी वाट' असे लगेचच यमक येते. कवितेच्या शेवटी कवितेचा हा तीनतीन ओळींचा बंध मोडून
''ओलेचिंब सबंध नसांतुन पेटुन रान
रातझडीचा पाऊस, पाऊस-भिजले गान.'

असा पसरत जाणारा अटीतटीचा अनुभव त्याला पोषक अशाच पसरत जाणाऱ्या लयीतून व्यक्त केला जातो.

आणखी एक कविता बघा :

''विस्तीर्ण नदीचा काठ, पसरली दाट
फुलांची नक्षी
गर्दीत हरवली वाट, कुणी सैराट
बावरा पक्षी''

आणि ह्या गच्च ओळींनंतर मात्र एक अत्यंत सूक्ष्म आणि नाजूक अनुभव तितक्याच हळुवार शब्दात आणि संथ लयीत

''पाण्यात
एक साउली
हले बाहुली
थरकते ऊन''

अशा तऱ्हेने अवतरतो. पण लगेचच पुन्हा जलद लयीत

''ही माल्हन म्हणते गान चंद्र माळून,
बहकते रान''

अशा ओळी येतात. अगदी अलिकडच्या नवीन कवितांतूनसुद्धा ही गोष्ट घडताना आढळते. उदाहरणार्थ, 'खुळ्या मोडक्या खेड्याचे डोळे गळू आले आता' ही कविता बघा. दोन-दोन ओळींच्या संचात ही कविता बांधलेली आहे. पण शेवटच्या दोन ओळी संपल्यावरही भावोत्कट अनुभवाचा उमाळा न संपल्याने कवितेच्या लयीत बेलालूमपणे बसेल व अनुभवाला पूर्णत्त्व देईल अशी एक अर्धीच ओळ शेवटी येते.

''खेडोपाडी मोडलेल्या कुणब्यांचा गर्भवास
तुका उडून जाताना देहू निरभ्र उदास
पंढरीला लागे धस''

आणि ही अर्धी ओळ वाचकाला हादरा देण्याचे सामर्थ्य अंगी बाळगूनच येते हे विशेष. अशी कितीतरी उदाहरणे देता येतील. महानोरांच्या खालील कविताही मंत्रमुग्ध करणाऱ्या लयीसाठी वाचकांनी आवर्जून ध्यानी घ्याव्यात :

''सये, किनी गऽ
तुला कसे सांगू शब्दांत''

''पोर तोऱ्याऽत . . . ऐन भराऽत . . .''

''गाव कोसाला पाणतळ्याला
सात गौळणी आल्या पाण्याला''

''नदीकाठावर कर्दळीचे बन पाण्यात निथळे
बांधाला लागून गव्हाचे पिवळे शेत सळसळे''

''गोऱ्याऽ देहावरतीऽ कांती नागीणीचीऽ कातऽ
वेडे झालोऽ आम्ही द्यावी एकादीऽच रात''

''घन ओथंबून येती
बनात राहू घिरधिरती''

''गडद जांभळं
भरलं आभाळ''

''मृगातल्या सावुल्यांना
बिलोरी भोवळ
खोलवरी चिंब बाई मातीला दर्वळ''

महानोरांच्या कवितेत आढळणाऱ्या ह्या विविध मंत्रमुग्ध करणाऱ्या लयींच्या मागे अचुक नादमधुर शब्दांची निवड आणि कवीच्या व्यक्तिमत्त्वावरील लोकगीतांचे संस्कार आहेत हे उघडच आहे. लोकसाहित्याने फुलून निघालेल्या परिसरात कवीची जडणघडण झाल्याने आणि स्वतः कवीला लोकसाहित्याबद्दल प्रचंड आदर व जिव्हाळा असल्याने असे होणे साहजिकच आहे. महानोरांनी ह्या लोकसाहित्याच्या जिव्हाळ्यापोटी आपल्या परिसरातील लोकगीते व लोककथा एकत्रित करून मराठी वाचकांना त्यांचा परिचय करून देण्याचे कष्टदायक पण मोलाचे काम केलेले आहे.

लोकगीतांचा वापर हा सार्वत्रिक असतो, कारण त्यातील सुखदुःखे ही सामूहिक आणि मूलभूत स्वरूपाची असतात. ही गीते कुणीतरी निर्माणच केलेली असतात आणि ह्या कर्त्याच्या व्यक्तिमत्त्वात खाजगी, वैयक्तिक आणि सार्वत्रिक सुखदुःखे ह्यांच्यातील सीमा पुसल्या गेलेल्या असतात. ही व्यक्तिमत्त्वे नक्कीच संतप्रकृतीशी नाते सांगणारी असावीत असे आम्हास कायम वाटत आले आहे. लोकगीते लयबद्ध

असतात आणि त्यांची लय मानवी मनात खोलवर जाऊन तिथे पिंगा घालत बसणारी असते. मृदु, मधुर आणि नादमयी बोलीभाषेतील शब्दांचा वापर त्यात असतो आणि विशेष म्हणजे ह्या रचनांमधून कुठलीही रचनाकौशल्ये आपले स्वतंत्र अस्तित्त्व दाखवण्याचा प्रयत्न करीत नाहीत. ह्या लोकगीतांमध्येही निसर्गाशी अभिन्न अशी जवळीक असते आणि महानोरांच्या कवितेतूनही हे सर्व घडताना दिसते. म्हणूनच महानोरांची कविता लोकसाहित्याच्या भक्कम पायावर लोकगीतांचा गंध घेऊन भक्कमपणे उभी असलेली दिसते.

लोकगीतांशी अत्यंत जवळीक सांगणाऱ्या महानोरांच्या खालील काही कविता उदाहरणादाखल पहा :

''गावकोसाला पाणतळ्याला
सात गौळणी आल्या पाण्याला''

ह्याच कवितेत पुढे येणाऱ्या खालील ओळी बघा –

''आंब्या साप्याचं हिरव्या चाफ्याचं
नाव घेते वोऽ नाव घेते वोऽ
चांद मोत्याचा भांग मोत्याचा
भाळी चांदवा माह्या राजाचाऽ'

किंवा,

''लिंबोणीचं लिंबू,
टच्च देठात भरलं
वाऱ्यावर मन –
बिंदी आभाळ पेटलं
अश्शी झुले
तश्शी झुले
अंग फुलात माखले
– फांदीवर राघू
बोली अनोखी बोलले''

''आंबा पिकऽतो . . . रस गळऽतो . . .
अर्ध्या रातीऽला चांद डोळ्यांऽत झिम्मा खेळतो''

''याला काय लेरु लेणं
मोतीपवळ्याचं रान
राती चांदण्या रानात शिणगाऽर
सारी दौलत जरीच्या पदराऽत''

अशी अनेक उदाहरणे आहेत. बऱ्याच अंशी आशय आणि आविष्कार ह्या दोन्ही अंगांनी महानोरांची कविता आपल्या लोकगीतांच्या अमूल्य परंपरेशी जवळीक साधताना आढळते. काही कवितांमधून तर लोककथेशीसुद्धा नाते प्रस्थापित केले जाते. उदाहरणार्थ, 'नदीचा काठ. लांब उतरणीचा, झाडांच्या गर्दीचा' ही कविता आणि त्यातही शेवटच्या ओळी बघा –

''परवा असे झाले
राजबन्शी पंखांचे एक पाखरू आले
आणि तिच्या अंगाशी लगट करून गेले
आता ती झाडांना घट्ट बिलगून हसते
पाखरांना कुठलेसे नाव विचारीत असते.''

महानोरांच्या कवितेला स्वतःची अशी एक भाषा आहे. ती खास अकृत्रिम आणि अस्सल मराठमोळी आहे. निसर्गाप्रमाणे ती सरळ, उघडीनागडी आणि कधी आपल्या लयीत, कधी नादमाधुर्यात थेट मनाच्या संवेदनशील कोपऱ्याशी संवाद साधणारी अशी आहे. खेड्यात जगणारा कवी म्हणून बोलीभाषेचा वापर करण्याचा 'ग्रामीण' पवित्रा तिने घेतलेला नाही. बोलीभाषा फक्त संवादातच शोभून दिसते. इतर वेळी तिचा वापर करणे म्हणजे त्या चांगल्या भाषेचा गैरवापर आणि त्या भाषेची टिंगल करण्यासारखेच असते ह्याचा विसर स्वतःला 'ग्रामीण' समजणाऱ्या लेखकांना खरे तर पडू नये. महानोरांच्या कवितेत संवादाला बहुतेक कुठे स्थानच नाही आणि जो काही संवाद घडतो तो भाषेशिवाय डोळ्यांच्या आणि स्पर्शाच्या भाषेतूनच. बोलीभाषेतील शब्दांना अनेक भावनिक पातळ्या तोलून धरण्याचे

सामर्थ्य असते. आज आपल्या भाषेतून अशा चांगल्या आणि भावनिक संवादास उपयुक्त शब्दांचे उच्चाटन होताना दिसत आहे ही दुर्दैवाची गोष्ट आहे. आपल्या जगण्यात बुद्धी चालवण्याला आपण प्राधान्य दिल्याने, आणि जगण्यात औपचारिकतेला महत्त्व प्राप्त झाल्याने आपली भाषा निव्वळ वर्तमानपत्री, दूरदर्शनी व मराठीच्या प्राध्यापकी थाटाची होत चालली आहे. ह्या पार्श्वभूमीवर महानोरांच्या कवितेतील अस्सल मराठमोळी, भावावस्थांनी भारित शब्दसंपदा पाहिली की आपल्या मराठी भाषेचे सामर्थ्य व किमया ह्यांचा एकाच वेळी साक्षात्कार होऊ शकतो. ह्या दृष्टीने कितीतरी शब्दांची उदाहरणे देता येण्यासारखी आहेत. महानोरांच्या कवितेत अनेकदा येणारे खालील काही शब्द व शब्दबंध पहा –

लळा, झाकड पडली, वासनेचा चळ, तिपीतिपी ऊन, बोलघेवडी, राजस, राजबन्शी, पाचघडीचे, दीस होईल कलता, लखाखली बोर, चांदवा, ऐन्यात, सैराट, सन्नाट, हूल, चंद्र माळून, गुमान, केळकमळण, आंबेराईत, चळ भरलेले, धुडगूस, भरलेले ओचे, राघू, हिरवा चुडा, अहेव मरण, मरठ भरला, चांदण्या गोंदून, बाशिंग, वेल्हाळ, न्हात्याधुत्या पोरी, दिवठणी, अवकाळी, भादव्याची उन्हे, इत्यादी इत्यादी. अशा शक्तिशाली अर्थवाही शब्दांचा लयबद्ध वापर, निर्मितीच्या ऊर्मीतच सहजपणे निर्माण होणाऱ्या तितक्याच ताकदीच्या नव्या शब्दांचा वापर, भाषेचा सरळ अनलंकृत लयबद्ध वापर ह्यामुळे महानोरांची कविता मराठी भाषेचे सूक्ष्म मृदु सामर्थ्य प्रकट करणारी व भाषेला समृद्ध करणारी ठरली आहे.

ह्या संकलनात महानोरांच्या अगदी सुरवातीच्या कवितांपासून अगदी आत्ताच्या आजपर्यंतच्या महत्त्वाच्या कविता एकत्रित केलेल्या आहेत. त्यामुळे महानोरांच्या विविध कालखंडांतील कविता एकत्रितपणे प्रथमच आपल्या नजरेसमोर येतात. कवीच्या सर्व कविता समोर असल्या म्हणजे त्याच्या कवितेतील स्थित्यंतरे पाहावयास मिळतात. कवीच्या कवितेतील स्थित्यंतरे व विकास हा त्या कवीच्या व्यक्तिमत्त्वात, जीवनदृष्टीत, त्याच्या जीवनपद्धतीत घडून येणाऱ्या स्थित्यंतरांशी संलग्न असतो. काही कवींच्या बाबतीत असा विकास घडूनच येत नाही व अशा कवींच्या कविता त्याच त्याच आवर्तनातून फिरताना दिसतात. महानोरांच्या अगदी 'ह्या शेताने लळा लाविला . . .' ह्या कवितेपासून ते अगदी अलिकडल्या 'हे दयाघन आभाळा' ह्या कवितेपर्यंतच्या कवितांचे सूक्ष्मपणे व विकासाच्या दृष्टिकोनातून अवलोकन केल्यास

महानोरांच्या कवितेने व व्यक्तिमत्त्वाने विकासाच्या दृष्टीने घेतलेली विलक्षण झेप सहजच लक्षात येऊ शकते.

" महानोरांच्या सुरवातीच्या कविता ह्या त्यांच्या रानाशी, परिसरातील निसर्गाशी असलेल्या संबंधांच्या कविता आहेत. हा संबंध जिव्हाळ्याचा लळा लागलेला असल्याने आनंदाने बेहोष होण्याचे क्षण अनुभवण्याचा आहे. आनंदाने पापणीला पूर येतात. पाखरांशी खेळ मांडून गाणी सुरू होतात. शब्दगंधेच्या बाहूत विसावण्याचे शांत क्षणही असतात. क्वचित् निसर्गाने दगा दिला तर परिसराची परिस्थिती पाहून मनाला येणारा विषण्णपणाही असतो. पण इथे मुख्यतः निसर्गाच्या नशेत कवीचे जगणे चालू आहे. आपली वैयक्तिक दुःखे ह्या निसर्गाच्या नशेत पचवण्याचे बळ आहे. स्वतःची दुःखे पचवल्यानंतर ह्या संवेदनशील कवीला जाणवतात ती खेड्यातील मानवी संबंध बिघडल्यामुळे निर्माण झालेली दुःखे. कवीच्या संवेदनशील व्यक्तिमत्त्वामुळे खेड्याची, खेड्यातल्या माणसांची दुःखे कवीची स्वतःचीच दुःखे होतात. पण इतरांची दुःखे कमी करण्यासाठी सतत प्रयत्नशील राहूनही ते काम आवाक्याबाहेरचे आहे ह्याची खोल जाणीव कवीला होते व तो व्याकुळ होतो. अशावेळी त्यांच्या कवितेला करुणार्त प्रार्थनेचे स्वरूप प्राप्त होते. उदाहरणार्थ खालील ओळी बघा –

"हे दयाघन आभाळा
तुझा काळानिळा शिरताज एकदा डोक्यावर घे
झाडून टाक मनातलं सगळं खळखळून एकदा मोठ्यांदा
क्षमा कर मनापासून ह्या देशातल्या दुबळ्यांना."

"ही माणसं
चिडीपाखरं
घरट्यांतून जगू दे सुखानं समाधानानं."

'दयाघना'जवळ केलेली ही याचना दुसऱ्यांना सुखी करण्यासाठी आहे हे महत्त्वाचे आहे. ही प्रार्थना करण्याचे सामर्थ्य कवीने प्राप्त केलेले आहे. त्यामुळे त्याच्या शब्दाशब्दांतून मानवी करुणा झिरपताना दिसते. दुसऱ्यांच्या दुःखाने खरोखरच आतून विव्हल होण्याची अवस्था संतांचीच अवस्था असते आणि ती प्राप्त

झाली तरच दुसऱ्यांच्या दुःखाबद्दलच्या ओळींना बळ प्राप्त होते. अशा ओळींतून मानवी करुणेचा आविष्कार असल्यामुळे त्यांच्यात वाचकांशी संवाद साधण्याचे सामर्थ्य असते. निव्वळ पवित्रा घेऊन हा संवाद शक्य नसतो. ही मानवी करुणेची स्थिती सहजासहजी येत नाही. ती बिघडत-दुरावत चाललेल्या मानवी संबंधांच्या कटु अनुभवातून गेल्यानंतरच येऊ शकते. या बिघडलेल्या मानवी संबंधांमुळे निर्माण झालेली भयावह परिस्थिती ही महानोरांच्या अलिकडच्या कवितांच्या केंद्रस्थानी आहे. ह्या परिस्थितीमुळे त्यांना आणि इतरांनाही असह्य यातना होताना दिसतात. उदाहरणार्थ –

''स्वाती नक्षत्रांची गेली सारी आबादी सरून
माणसांच्या भेटीमंदी आले रुखे मुकेपण''

''कुठे शोधावा माणूस रिते कोस कोस
दूर गणगोत माझे शब्दही उदास''

''त्यांच्या पडसावुलीत लांडग्यांचा तळ
शुभ्र स्वार्थासाठी केली माणसे गढूळ''

''कुठे ना ओलावा कोणा सांगावी कहाणी
कबीराचा दोहा आता जगण्याकारणी''

''खेडोपाडी मोडलेल्या कुणब्यांचा गर्भवास
तुका उडून जाताना देहू निरभ्र उदास''

''कोणी मरो तरो ह्यांचा आसनांचा खेळ
महात्म्याच्या गाथेखाली पेटविला जाळ''

''मरो आलो तरी शब्द आमुचा निष्पाप
बथ्थडल्या कातडीला लाचारीचा लेप''

ही सगळी परिस्थिती जवळजवळ सार्वत्रिक दिसते. सत्तास्पर्धेत गर्क असलेल्या लोकांना स्वार्थापलीकडे काहीही दिसत नाही. मानवी करुणा तर सोडाच, स्वतःच्या कर्तव्याचासुद्धा विसर पडलेला आहे. सगळीकडे ढोंग, खोटारडेपणा आणि स्वार्थ

बोकाळल्याने निसर्गाच्या निरागस रूपाशी एकरूप झालेला हा कवी व्याकुळ होताना दिसतो. 'बथ्थड कातडीला लाचारीचा लेप' आला आहे आणि वागणे अमानवी पातळीवरच जात आहे. कोसन् कोस शोधले तरी मानवी आस्था सापडत नाही. शुभ्र स्वार्थासाठी मानवी संबंध गढूळ होत आहेत. कुठेही ओलावा राहिलेला नाही. खेड्यातले लोक मोडून पडले आहेत. आणि सत्ताधारी आसनांच्या खेळात दंग आहेत. मानवी संबंधांनी मानवी पातळी सोडल्यामुळे समाजात निर्माण झालेल्या ह्या परिस्थितीने कवी व्याकुळ झालेला आहे आणि हे सर्व तो आपल्या कवितेतून अभिव्यक्त करीत आहे. अत्यंत ऊच्च दर्जाचे साहित्य निर्माण करण्यासाठी आवश्यक असलेली मानवी करुणा, मानवी आस्था कवीत ओतप्रोत भरलेली आहे. मानवी आस्था व करुणेचा हा टप्पा महानोर यांच्या व्यक्तिमत्त्वाच्या आणि कवितांच्या विकासाच्या दृष्टीने अत्यंत महत्त्वाचा आहे आणि ही बाब मराठी काव्यक्षेत्राच्या संदर्भात आम्हास फारच मोलाची वाटते.

मराठी कवितेचा अगदी ज्ञानेश्वर-तुकारामांपासून ते आजच्या कवितेपर्यंत विचार केला तर असे सहजच लक्षात येते की कवितेचे जगण्याशी असलेले अतूट नाते तोडणारी व रचनातंत्राचे वर्चस्व स्थापित करणारी कविता मूळ चांगल्या कवितेच्या परंपरेस खंडित करण्याचा सतत प्रयत्न करीत आली आहे. (जिज्ञासू वाचकांनी प्रा. चंद्रकांत पाटील ह्यांचा 'आणि म्हणूनच' हा टीकालेखसंग्रह ह्या संदर्भात अवश्य पाहावा). पूर्वीच्या काळी पंतकवींनी हे प्रयत्न केले तर आजच्या काळात प्रतिमेला सर्वस्व मानणारे सौंदर्यवादी कवीही तेच करीत आहेत. पण असे कितीही प्रयत्न झाले तरी जगण्याच्या स्पंदनातून निर्माण झालेले जिवंत, मानवी संबंधांविषयी आस्था असलेले, साधे, सहज आणि वाचकांशी संवाद साधू शकणारे काव्यच ज्ञानेश्वर-नामदेव-तुकाराम ह्यांच्यापासून निघालेल्या सशक्त काव्यपरंपरेस पुढे नेण्याचे काम करील ह्याबद्दल आम्हास तिळमात्रही शंका नाही.

आधुनिकतेच्या नावाखाली आपल्याकडे कवी आणि वाचक ह्यांच्यातील संवाद बंद पाडण्याचाच उद्योग झाला आहे. आधुनिक कविता म्हणजे प्रतिमांची अनाकलनीय रचना, ती समजण्यासाठी रात्रंदिवस प्रतिमा व त्यांचे संबंध उलगडवत बसा असा वाचकांचा काहीतरी समज करून देण्यात आला आहे. ह्यातून

आपोआपच कवितेपासून वाचक दुरावला व जगण्यापासून कविता दुरावली. साहजिकच ज्ञानेश्वर-तुकाराम-मर्ढेकर अशी सशक्त परंपरा असलेल्या मराठी कवितेला सूज आली व ती फतकल मारून बसली. प्रतिमांचे विश्लेषण करीत बसणाऱ्या समीक्षकांना अनन्यसाधारण महत्त्व प्राप्त झाले. कारण ह्या प्रकारच्या कविता त्यांनाच उलगडता येऊ शकतात, त्यांच्याशीच संवाद साधू शकतात अशीच परिस्थिती निर्माण करण्यात आली. ह्या सर्व बाबींचा खरे तर आधुनिकतेशी काहीही संबंध नाही. औद्योगिकरण आणि शहरी संस्कृतीची वाढ ह्यामुळे मानवी संबंध गुंतागुंतीचे, तणावात्मक, विसंवादी वगैरे झाले. परंतु सुसंवादी व सहज मानवी संबंधांना मानून त्यासाठी आवश्यक यातनामय जीवनपद्धती ह्या शहरी संस्कृतीतही जोपासणे आवश्यक आहे ह्याचा सोईस्कर विसर पडला. परिणामी ह्या गुंतागुंतीच्या मानवी संबंधांचा वेध घेण्याच्या नावाखाली अनाकलनीय आणि जास्तीत जास्त गुंतागुंतीची कविता लिहिली जाऊ लागली. मानवी संस्कृतीच्या सद्य परिस्थितीचे यथार्थ आकलन, मानवी संबंधांत आलेला विसंवाद, त्यासाठी आवश्यक जीवनपद्धतीचा, जीवनदृष्टीचा शोध हे आधुनिक असण्याचे खरे लक्षण असते. दैनंदिन आयुष्य जगतानासुद्धा हे भान ठेवणे आवश्यक असते. ह्या जागृत भानातूनच वाचकांशी संवाद साधू शकणारी सोपी, जिवंत आणि तळमळीची कविता लिहिली जाऊ शकते व तीच खऱ्या परंपरेस पुढे नेण्याचे सामर्थ्य बाळगून असते.

मानव आणि निसर्ग, मानव आणि मानव ह्यांच्या संदर्भात गेलेला तोल, रोजच्या जगण्यात त्याचे उठणारे पडसाद, त्यामुळे व्यथित होणारे व्यक्तिमत्त्व आणि ह्या सर्वांचा स्वतःच्या जीवनपद्धतीशी असलेला संबंध शोधण्याचा सतत प्रयत्न करणे व ह्या सर्व बाबींच्या भावनिक वादळांना कवितेच्या पातळीवर नेणे हे खरे तर आज कवीचे काम आहे. त्याचबरोबर कविता हे दुसऱ्याशी अत्यंत पवित्र पातळीवर संवाद साधून मानवी संस्कृतीच्या संदर्भात जाण वाढवण्याचे साधन आहे ह्याचे भान ठेवणे जसे आधुनिक कवींना आवश्यक आहे, तसेच कविता ही प्रचंड मानवी आस्था बाळगून रोजच्या जगण्याचा संदर्भ न हरवताच लिहिली गेली पाहिजे हे लक्षात घेणेही आवश्यक आहे. शहरातला तो आधुनिक आणि खेड्यातला तो आधुनिक नव्हेच अशी धारणा सुसंगत नाही. शेवटी हा दृष्टिकोनाचा व सजग राहून जीवनपद्धती

स्वीकारण्याचा प्रश्न आहे. ह्या दृष्टिकोनातून बघितल्यास आम्हास तरी अवघे चार-पाच कवीच खऱ्या अर्थाने मर्ढेकरांनंतर आपल्या खऱ्या परंपरेशी नाते सांगून वाटचाल करणारे व म्हणूनच महत्त्वाचे कवी वाटतात. ह्या कवींमध्ये भालचंद्र नेमाडे, अरुण कोलटकर, मनोहर ओक, चंद्रकांत पाटील ह्यांच्यासोबतच महानोरांचाही समावेश करणे क्रमप्राप्तच आहे. महानोरांच्या कवितांचे विस्तृत विश्लेषण वर आलेच आहे. नेमाडे, कोलटकर, ओक, पाटील ह्यांच्या कवितांच्या काही ओळी जरी समोर ठेवल्या तरी महानोरांच्या कवितेचे आणि वरील कवींच्या कवितांचे मूलभूत आस्थाविषय कसे एकच आहेत, प्रचंड खळबळ असलेल्या व्यक्तिमत्त्वाच्या गाभाऱ्यातून आलेली परिपक्वता आणि सहज संवाद साधण्याची क्षमता कशी सर्वांतच आढळून येते आणि ह्या सर्वांनाच मानवी संबंधांच्या आजच्या भयावह परिस्थितीची कशी सूक्ष्म जाण आहे ह्याची सजग वाचकास आपोआपच कल्पना येईल.

भालचंद्र नेमाडे ('मेलडी') यांच्या खालील ओळी बघा :

"थंडीत कुडकुडत तंबोऱ्यावर गारठलेली बोटं फिरवत
कळवळून गाणाऱ्या भिकाऱ्याच्या चेहऱ्यावर आणि
त्याचा हात खांद्यावर घेऊन निर्विकार उभ्या पोरीच्या
सुकलेल्या गालफडांवर सगळ्या कलांचा बोळा करून ओवाळला.
सगळे धर्म, सगळी मूल्यं तंबाखूच्या पिचकारीत थुंकली."

किंवा नेमाडे ह्यांच्याच ह्या ओळी बघा :

"दुःखाचा अंकुश असो सदा मनावर
हालाहल पचवल्याबद्दल माथ्यावर चंद्र असो
चांगली माणसं मोजण्यासाठी हाताला हजार बे असोत
लक्षात रहात नाहीत बिचारी. त्यांना दीर्घायुष्य लाभो."

प्रचंड मानवी करुणा आणि त्यासाठी दुःख भोगण्याची तयारी असलेले व्यक्तिमत्त्वे अशा ओळी घडवू शकते.

अरुण कोलटकरांच्या ('अरुण कोलटकरच्या कविता') कवितेतील खालील

काही ओळी बघा :

''रस्त्यास लागूनच कुंपण
आत सारवलेलं अंगण
एक झोपडी एक म्हातारा
दारात उभी सून की कोण
तिथं मागितलं पाणी
ते ओंजळीनं प्यालो.

ओल्या कोपरांनी पाह्यला
सगळाच प्रेमळ म्हातारा
शुभ्र चांगुलकी दाढी
सोपे समाधान डोळे''

आणि आता ह्या पार्श्वभूमीवर कोलटकरांच्याच खालील ओळी बघा –

''जळत रहा please माझ्यासाठी
ऊब राख मला
हे शहर घाबरव
नाहीतर या बिल्डिंगा मला फाडून खातील
हे शहर जैसं थं तू म्हणून नाहीतर नाही तर
दहशत हो शहराला, म्यूझियमला
शेजारी अस''

शहरी संस्कृतीतला भौतिक सुखवाद आणि त्या संस्कृतीतून बाहेर पडल्यावर दिसणारा मानवी संबंधाचा ओलावा ह्याचे सहज संवाद साधणारे चित्र कोलटकरांच्या कवितेतून दिसून येते. हा ओलावा आटला तर मानवी संस्कृतीची जी भयावह अवस्था निर्माण होते ती कोलटकर आणि महानोर या दोघांच्याही कवितांतून सहजपणे, वाचकांना चटकन् कळून येईल अशा पद्धतीनेच व्यक्त होते.

आता मनोहर ओक ('आयत्या कविता') यांच्या कवितेतील खालील काही ओळी बघा –

अड्डसष्ठ पक्ष्यांचे लक्ष थवे

''जे दिलं जातं ते घे-घेता आलं तर. मागू नको
मागण्यात माणसं अवघडतात
आणि इथं खोटेपणाला वाव आहे.
करता आलं तर कर – साधलं तर, मुद्दामहून नको
लादण्यात परस्पर दुःख येतं
आणि इथं फसगतीला शिरकाव आहे.''

किंवा मनोहर ओक यांच्याच खालील ओळी बघा :

''हे पवित्र सांडपाण्या, तू आमचा उद्धार कर
हे कचऱ्यासारख्या पवित्रा देवा,
तू आम्हाला कोमेजून देऊ नको
हे टिन्पाट देवा, तू माझ्या ठोकरीसमोर येऊ नको.''

शहरी संस्कृतीत बिघडलेल्या मानवी संबंधांचे हे चित्र शेवटी मानवी अवस्थेतूनच निर्माण झालेले आहे.

शेवटी चंद्रकांत पाटील ('इत्थंभूत') ह्यांच्या कवितेतील एक तुकडा बघा :

''संस्कृती नावाची भयंकर विद्रूप स्त्री
अदृश्य भटकणारी महानगरातल्या रस्त्यांवरून
काळ्या पैशाचा बुक्का कपाळावर
अंगभर पांघरलेली उन्मादक पोस्टरं
धमन्यातून खळाळणारं परलोकसंगीत
चिअर्सचा मंत्रघोष
नवसाला जुगार
सुऱ्यांचं संरक्षण
खून अभिषेकाखातर''

किंवा पाटील यांच्याच खालील ओळी बघा :

''कसल्या बेहोषीत नैतिक कणे कायम ठेवले

- अंगांवर उलटणारे दंभांचे फणे चिरडून काढले
जातीधर्माच्या मातीवर मिरवणाऱ्या
विषाक्त वेली कापत सुटलो अरण्यात
दलदल हटवण्याचा एकाकी हटयोग
गढूळ व्यवस्थेतल्या लांडग्यांशी विद्रोह
पावलापावलागणिक युद्धाचा प्रसंग अनुभवला निस्संग."

मानवी संस्कृतीची मानवानेच केलेली भयावह विद्रूप अवस्था आणि त्या संस्कृतीत नैतिक कणे मजबूत ठेवण्यासाठी पावलापावलागणिक येणारे युद्धाचे प्रसंग ह्यांचे प्रत्ययकारी चित्र फक्त मानवी संबंधांच्या सहज सुकर सुसंवादी अवस्थेच्या आस्थेतूनच, करुणेतूनच चितारले जाऊ शकते. आणि ही आस्था व करुणा हे अरुण कोलटकर, भालचंद्र नेमाडे, मनोहर ओक, चंद्रकांत पाटील, ना. धों. महानोर यांच्या व्यक्तिमत्त्वाचे व कवितेचेही समान सूत्र आहे.

महानोर ह्यांचे व्यक्तिमत्त्व जगताना जीवनातल्या प्रत्येक अंगातील मूलभूत गोष्टींवर नजर ठेवून असते. शेतकरी असल्याने पाण्याच्या मूलभूत बाबींवर लक्ष देऊन त्यासंबंधी प्रयोग करून त्यांनी 'शेतीसाठी पाणी' हे महत्त्वाचे पुस्तक लिहिले आहे. कवितेच्या क्षेत्रातही ते पूर्वीपासूनच मूलभूत गोष्टींवर नजर ठेवून आहेत. 'पुन्हा कविता' व 'पुन्हा एकदा कविता' ही दोन पुस्तके महानोर ह्यांनी (प्रा. चंद्रकांत पाटील ह्यांच्यासोबत) संपादित केलेली आहेत. काव्यक्षेत्रातील चांगल्या कवींच्या कविता ह्यात संकलित करण्यात आल्या आहेत. महानोर सतत कवितेंतील चांगले-वाईट ह्याचा विचार करीत आले आहेत. मराठी साहित्याच्या क्षेत्रांत प्रस्थापित व रूपवादी साहित्याच्या विरोधात जी लघुनियतकालिकांची चळवळ सुरू झाली तिच्याशीही ते संबंधित होते. लोकसाहित्याची परंपरा तर त्यांच्या परिसरात त्यांना रोजच जगताना अनुभवावयास मिळते. ह्या सर्व अनुभवांमुळे आणि मूलभूततेकडे कायम लक्ष ठेवण्याच्या प्रक्रियेमुळे महानोरांचे व्यक्तिमत्त्व प्रगल्भ, प्रसन्न आणि गंभीर झालेले आहे. मानवी संबंध व निसर्ग आणि मानव ह्यांचा संबंध मानवी संस्कृतीच्या दृष्टीने किती मूलभूत आहे ह्याची जाण ह्या व्यक्तिमत्त्वास आहे. ह्या दोन बाबींचा ध्यासच त्यांच्या कवितेचा आत्मा आहे. शिवाय संवेदनशीलतेमुळे आणि

स्वीकारलेल्या जीवनपद्धतीमुळे येणारी प्रचंड दुःखे पचवून त्यांच्या व्यक्तिमत्त्वात मानवी करुणेचा वावर आहे. जिथे मानवी आस्था आणि करुणा कार्यरत असते तिथे आविष्कार पद्धती आपोआपच सहज सोपी व इतरांशी संवाद साधू शकणारी होते. त्यात पुन्हा महानोर तर लोकसाहित्याच्या भक्कम पायावर उभे आहेत. त्यांची कविता त्यामुळेच कधीही पवित्रे घेत नाही, कधीही विनाकारण अनाकलनीय आणि प्रतिमाळलेली होत नाही. ही सहजसंवादी लयबद्ध कविता एकाच वेळी आपल्या सुदृढ काव्यपरंपरेशी नाते जोडते, तिचा विकास करण्याचा प्रयत्न करते आणि खोट्या आधुनिकतेच्या नावाखाली बोकाळत चाललेल्या कवितेला आपल्या सुदृढ परंपरेची तीव्रपणे आठवण करून देते. सबब आम्हास ही कविता संस्कृतीच्या दृष्टीने अधिकच मोलाची वाटते.

— उत्तम क्षीरसागर

१.

ह्या शेताने लळा लाविला असा असा की,
सुखदुःखाला परस्परांशी हसलो – रडलो
आता तर हा जीवच अवघा असा जखडला
मी त्याच्या हिरव्या बोलीचा शब्द जाहलो

२.

ह्या नभाने ह्या भुईला दान द्यावे
आणि ह्या मातीतुनी चैतन्य गावे
कोणती पुण्ये अशी येती फळाला
जोंधळ्याला चांदणे लखडून जावे

ह्या नभाने ह्या भुईला दान द्यावे
आणि माझ्या पापणीला पूर यावे
पाहता ऋतुगंध कांती सांडलेली
पाखरांशी खेळ मी मांडून गावे

गुंतलेले प्राण ह्या रानात माझे
फाटकी ही झोपडी काळीज माझे
मी असा आनंदुनी बेहोष होता
शब्दगंधे, तू मला बाहूत घ्यावे !

३.

मीच माझा एककल्ली एकटा चालीत गेलो
आडवाटेने पिसाटाच्यापरी बेहोष झालो
ना कुठे आधार आणिक ना गतीला अंत होता
मात्र पायींच्या बळाला जागता आवेग होता
ना क्षिती होती कशाची मी मला उधळीत गेलो
अन् धुळीच्या लक्तरांची लाज गुंडाळून आलो
मज कळेना चालताना दुःख कैसे फूल झाले
अन् कुणाचे दिव्य आशीर्वाद मज घेऊन आले
अक्षरे चुरगाळिता मी अमृताचे कुंभ प्यालो
अन् उद्याच्या जीवनाची सांगता घेऊन आलो

४.

नांगरून पडलेली जमीन सर्वत्र. नुस्ताच शुकशुकाट
एखादेच चुकार वासरू कुठेतरी. उद्ध्वस्त घाट
घाटाच्या लगतच वैराण माळरान, दूरवर पसरलेले
कौलारू घरांचे इवलेसे गाव घाटात हरवून गेलेले.
पहाट उजाडते. फुलांच्या पाकळ्या गळून गेलेल्या. नुस्तेच देठ.
तशी माणसे नुस्ती नुस्ती त्यांच्याच खोप्यात गुरफटलेली
यांनीच इथल्या तांबड्या मातीचा साक्षात्कार पाहिला केव्हातरी स्वप्नात
आणि एका जिद्दीने रात्रंदिन राबून सोन्याचा कोंभ रुजवून काढला
रुजून काढले नक्षत्र तारकांचे लखलखते आभाळ वैराण रानात
इवलेसे गाव साक्षात्काराने हरवून जाताना पिसाटले गेलेले.

ग्रीष्माचे ऊन्ह. ग्रीष्माचे ऊन्ह एकदा खेड्यावर आले. खेडे उदास झाले
घरात असेल तेवढे झोळीत टाकून स्वतः नागडे झाले
भावना गळून पडलेल्या पाकळ्यांसारख्या, भाबडी माणसे
दणकट बाहूंचे बळच संपून गेल्यागत आंबलेली माणसे
पापण्या मिटतात. डोळ्यांपुढे घोंघावू लागतात त्या मोटारी
ती माणसे भलीथोरली, त्यांचे जाडजूड शब्द आणि खोटी आश्वासने
रोज पहाट उजाडते धुके पांघरून, खेडे घाटाआड कुणाला दिसतच नाही
की डोळ्यांवरच धुके चढल्याने खेडे दिसत नाही, काही कळत नाही.

मी एकटा स्तब्ध उभा झाडाच्या बुंध्याशी, उघडच्या डोळ्यांनी
उघडच्या डोळ्यांनी पाहिलीत दोन भुकेने तडफडून मेलेली कारटी
पाणवटल्या डोळ्यांनी गोऱ्या राजाचे महिमान गाणारी जख्ख म्हातारी
मी पाहिल्या पासरीभर ज्वारीवर भोग देणाऱ्या रूपवंत पोरी
नांगरून पडलेली जमीन सर्वत्र. नुसताच शुकशुकाट
एखादेच चुकार वासरू कुठेतरी. उद्ध्वस्त घाट.

५.

उत्तररात्री विकल गात्री, मालवू लागलेल्या आकाशज्योती
लांब कुठे तरी झोपडतांड्यावर अंधुक प्रकाश मिचमिच डोळ्यांचा
ऐकायला येतो अस्पष्ट स्वर मधेच कुठल्याशा फकीरगाण्याचा
जुन्या वडाच्या देवळानजिक निस्तब्धपणे, मुकाट बसलेले चार क्षण
कुणाच्या डोळ्यात थेंबुटे होऊन . . . . .
आणि मरणाच्या सरणाजवळ कुणाचे शरीर प्राण अंथरून थेंब झालेले

देवळाच्या गाभाऱ्यात एक काजवा विझून जातो
फकीरगाण्याच्या स्वरात नकळत एक आर्त हुंदका अडतो
आणि आभाळालाही येतो गहिवर गर्द काळोखाचा
गिळते आकाश एक आवंढा . . . . .

६.

नदीचा काठ : लांब उतरणीचा, झाडांच्या गर्दीचा,
फांद्यातून दाटलेल्या हिरव्या राव्यांचा,
जोंधळ्या रानात धुडगूस घालणाऱ्या पाखरांच्या थव्याचा,
पाण्याच्या सावल्यांत हरवून बसलेल्या निळ्या नभाळ्यांचा.
झाडांच्या गर्दीतून ठळक जाणारी पायवाट दूरवर
पाणमळ्यापर्यंत. दुपारच्या वेळी सुन्नाट सर्वत्र.
क्वचित एखाद्या पक्ष्याचे झाडात पंख फडफडणे
अस्पष्ट वाजणाऱ्या घुंगुरांचा आवाज पांदीच्या रस्त्याने
नदीच्या काठाने जांभळ्या लुगड्याचे एकाकी भटकणे,
नितळ अंगांचे पाण्याच्या काठाशी विवस्त्र होणे
पाण्यात एकाएक बुडून जाणे.

लोक सांगतात :
अजिंठ्याच्या खोऱ्यातल्या भिल्लाची ती पोर आहे
वासनेचा चळ लागून वेड्यागत फिरते आहे
कोणी म्हणतात, गर्भारशी मेलेल्या बाईचे भूत आहे
कोणी काही, कोणी काही, काहीबाही सांगत असतात.

परवा असे झाले :
राजबन्शी पंखांचे एक पाखरू आले
आणि तिच्या अंगाशी लगट करून गेले
आता ती झाडांना घट्ट बिलगून हसते
पाखरांना कुठलेसे नाव विचारीत असते.

७.

नदीकाठावर कर्दळीचे बन पाण्यात निथळे
बांधाला लागून गव्हाचे पिवळे शेत सळसळे
आंब्याच्या झाडाला मोहोराचा वास झेपता झेपेना
गाभुळ्या चिंचेला नवतीचा भार पोटी धरवेना
माघातले ऊन झेलताना अंग झाले निळेभोर
पाणमळ्यातील शेलाट्या वेलींचे नव्याने उभार
कोण्या बसंतीचे पाऊल लचके इथे चंद्रगौर
डोळ्यात फुलांच्या राजसपणाचा झडे शिणगार
कुसुंब्या रात्रीची स्वप्ने वेटाळून होते फुलवण
नदीकाठावर शद्बांत बावरे लयवेडी धून
दुःखाच्या काळिमा विस्कटती येथ, शद्ब अरुवार –
प्राण उधळून केळीच्या बनात घेतात लकेर

८.

चवळीची शेंग पिवळी धम्मक अशी झळकते
तिपीतिपी ऊन, श्रावणाचे गान कंठात झुलते
पाऊल पाऊल उचलता काच बिंदोली सांडते
उभ्या बंधाऱ्याच्या मनाला काहीसे चाटूनही जाते
सावळ्या मेघांचे आभाळात बन मन वेटाळते
तिला कुठलीशी जुनी आठवण पांघरून जाते
गोबऱ्या गालाची मंजूळ बोलाची अश्शी हरखते
तिच्या निळ्याभोर अश्राप डोळ्यांना पाखरू वेढते !

९.

फुलात न्हाली पहाट ओली, क्षितिजावरती चंद्र झुले
नभात भिजल्या केशरियाचे रंग फुलांवर ओघळले
रंग फुलांवर ओघळतांना असे जुईला लदबदले
गालावरचे निळे गोंदणे पदराभवती घुटमळले
निळ्या तिच्या डोळ्यांत कथाई, कुणा कुणाच्या आठवणी
एक झोपडी साक्षीमधली करीत बसली साठवणी
अशी झोपडी बोलघेवडी पांथस्थाचा पाय अडे
दाट जोंधळ्या रानामधला हुरडा पाहून भूल पडे
आज तिने कुठल्या सजणाला दूर नभातुन बोलविले
भरात येउनी नग्न शरीरी उघड्यावरती भोग दिले
काचोळीची गाठ सावरित हळू तयाला सांगितले
तिचियापोटी पाचघडीचे लख्ख चांदणे अवघडले

फुलात न्हाली पहाट ओली, कळीत केशर साकळते
गंधवतीच्या मनात राजस एक पाखरू भिरभिरते !

१०.

हिर्व्या पानांत पानांत काही चावळ चालत
भर ज्वानीतली ज्वार अंग मोडीत बोलते
शेत गव्हाचे पिवळे जरा नशेत झुलते
आणि साळीचे उगाच अंग शहारून येते
पोटऱ्यांतल्या गव्हाचे हसू ओंब्यांत दाटते
केळ कातीव रूपाची छाया पाण्यात शोधते

हिर्व्या पानांत पानांत काही चावळ चालते
कशी बोलता बोलता अवेळीच सांज होते.

११.

झाडे झाली हिरवीशी शीळ घुमते रानात
ओळ जांभळ्या मेघांची वाहे नदीच्या पाण्यात.
वाट झुंजुमुंजू होते पीक मावेना शेतात
लक्ष पाखरांचे थवे खेळ मांडती पाण्यात.
गळे नभ असावध खेडे पाण्यात बुडून
लांबणीच्या तारांवर चिंब चिंब थेंबऊन
स्वच्छ पावसाळी हवा तसे बेहोश उधाण
दाट हिरव्या गर्दीत पाय गेले बहकून.

१२.

जरा अस्मान झुकले, शुभ्र तारकांचे झेले
क्षितिजाचे रंगरेखा संथ पाण्यात न्हालेले
रान मुकाट झालेले, पक्षी पंखात मिटले
हळू चाहूल घेताना पाणी दांडात हासले
जरा अस्मान झुकले, स्वर मेंदीत भिजले
ऊसमळ्याच्या गर्दीत डोळे पाऊल चुकले

— अश्शी लखाखली बोर अंगभर चंद्रकोर
ऊसमळ्याच्या गर्दीत थोडे सांडले केशर.

१३.

दिवेलागणीची वेळ, रोज अंगण हिंदळ
नव्या गर्भार पोरीची काही कानात चावळ
ओले हळदीचे अंग, पोरी खेळण्यात दंग
ओट्यावरल्या डोळ्यात जुने घोटाळले छंद
असा धिंगाणा घालती, रोज वाऱ्याला भरती
सारे कळू आले तरी पोरी झिम्माच खेळती

दिवेलागणीची वेळ, असा रंगलेला खेळ
ओट्यावरल्या डोळ्यांना झाली उन्हाची कावीळ !

१४.

गाव कोसाला	पाणतळ्याला
सात गौळणी	आल्या पाण्याः
तांब्या घागरी	पाणी भरती
साऱ्या गौळणी	खेळ मांडती
एक गौळण	गीत म्हणते
पाणी फेकते	चोळी भिजते
नाव घेण्याचा	हट्ट धरते
पाणी सांडते –	

"आंब्या साप्याचं	हिरव्या चाफ्याचं
नाव घेते वोऽऽ	नाव घेते वोऽ
चांद मोत्याचा	भांग मोत्याचा
भाळी चांदवा	माह्या राजाचाऽ"

१५.

रानात रानात
जांभुळबनात
झडली श्रावणगाणी.

गंधल्या मातीत
पुनव उजट
अंकुरे लाख वितांनी.

नागड्या झाडांना
लखडे पालवी
स्वप्निल, होऊन धुंद.

पांगल्या नभात
दाटली दर्वळ
ओठात रुतले छंद.

सांजल्या मनात
जाणीव जागली
लेऊन मोत्याचा तुरा.

क्षितिजवाटेत
सांडल्या चांदण्या
होऊन सोनफुलोरा !

१६.

रातझडीचा पाऊस
पाऊस
भिजले रान.
झाडे झाली मुकी,
फुलातुन
गळे हिमान.
पिकात केशरगंध
सबंध
हिसळते काय.
दाट ढगांच्या छाया
झिम्मा
खेळुन जाय.
घाट. निसरडी वाट
नदीचा
झुलता काठ
मिठीत बिलगुन चिंब
निथळती
सोनपहाट
ओलेचिंब सबंध नसांतुन पेटुन रान,
रातझडीचा पाऊस पाऊस भिजले गान

१७.

रान ओले
चिंब ओले
तुझ्या कातीव लेण्याला
वस्त्र लाघट लाखले.

नभ ओले
चिंब ओले
ऊनसाउलीचे जाळे
तुझ्या डोळ्यांत गुंतले.

रान ओले
पीक झुले
तुझ्या अंधारबनात
वारे झिंगून गेलेले.
रान ओले
चिंब ओले .....

१८.

जाळीवरती वाळत लुगडे, उभा हसे जरतारी काठ
नभात झिम्मड निळीजांभळी, झाडांतुन निथळत बरसात

झुळुझुळ लाट. . . . . अवघड काठ . . . . .
अवघडलेले आडोशाला विवस्त्र शिल्पित हळदी झाड !

निरखित अपुले रूप बनात
मनात भलते भरकटताना उभे पेटले झाड उन्हात !

– झाडातुन निथळत बरसात !

१९.

पाण्यात गोठल्या छाया, काठावर स्तब्ध निवांत
गुडघाभर पाण्यावरती, घुटमळे शेंदरी झाक.

ती लगबग सावरताना
मांड्यात घोळ कवळून
अन् नितळ नितळ अंगांचे
पाण्यात सांडले ऊन्ह.

झाडांना फुटले डोळे, मावे न रूप डोळ्यांत
मांड्यात घोळ कवळून ती स्तब्ध उभी ऐन्यात.

२०.

विस्तीर्ण नदीचा काठ, पसरली दाट
फुलांची नक्षी
गर्दीत हरवली वाट, कुणी सैराट
बावरा पक्षो

पाण्यात
एक साउली
हले बाहुली
थरकते ऊन
ही माल्हन म्हणते गान चंद्र माळून
बहकते रान.

झाडीत हूल बिथरतें, गंध विखरते
फुलांची नक्षी
गर्दीत हरवली वाट, कुणी सन्नाट
बावरा पक्षी.

२१.

पाण्यात
लगटले पाय
उन्हाची साय थरक थरथरली.

हळदिवे
अंग मेंदीत
नजर हुलकीत जळी अवघडली.

बिलगले
गवत पायात
तिला वक्षात असे धडधडले.

दांडात
नितळ पाण्यात
निळे अस्मान उन्हाला हसले.

२२.

जांभळे आभाळ
निळे जांभळेसे रान
ढगांतल्या सावल्यांना
ऊन गच्च बिलगून.

ओढ्याच्या पल्याड
पिक्या जांभुळाचे झाड
रानपाखरांची रोज
ओढ्याकाठी फुलझड.

डोळ्यांत गुमान
कोण्या गबाराचे मन
कसे लुबाडावे झाड
हात जातात गळून

२३.

कानोसा घेताना केळ अंगात कापते
सिताफळीच्या कानात काही हळूच सांगते

बोरी वोड बाभळी
मायेच्या झाल्या नारी
– केळ कमळण
झाली प्रसूत दुपारी

सुने माळरान, डोळा रखं रखं ऊन
पोटी लपेटून निघे सासुरवाशीण.

२४.

लिंबोणीचं लिंबू
टच्च देठात भरलं;
वाऱ्यावर मन –
बिंदी आभाळ पेटलं.

अश्शी झुले
तश्शी झुले
अंग फुलात माखले,
– फांदीवर राघू
बोली अनोखी बोलले.

२५.

गुंतलेला
जीव मायेच्या फुलाशी
पांगले
सारे नभासम दूर देशी
भेटताना
रुद्ध कंठाची कहाणी
पापणीला
पेलवेना चंद्रपाणी.

२६.

नितळ तळ्याच्या काठावरती हिरवे झाड
मेंदीभिजले हात, नितळ देहावर कात
नितळ मदालस डोळे, जड झाला शिणगार
तळ्यात आभाळाचा उत्सव; रंगबहार.

२७.

सये किनी गऽ
तुला कसे सांगू शद्बात.

साऽजण दिवसा अडून बसला
(मीहि भरात)
देहावरती चळ भरलेले अवखळ हात.

भर दुपार . . . . .
उघड्या रानात . . . . .

२८.

पोर तोऱ्याऽत ..... ऐन भराऽत .....

आंबेराईत रानवाऱ्याने मन पांगऽते
तिच्या कानात एक साळुंकी शद्ब पेरऽते

आंबा पिकऽतो ..... रस गळऽतो .....
अर्ध्या रातीऽला चांद डोळ्याऽत झिम्मा खेळऽतो

रात फुलाऽत ..... पोर झुलऽत .....

२९.

सर्व्या
रानाला
आग लावून
तुरीच्या
        हारीने
            पोरी
                पळाल्या;
पाऊलखुणांच्या चांदण्या ओल्या .....

३०.

डोळे थकून थकून गेले
पाखरासारखा येऊन जा;
            रान भलतंच भरात, जरा
            पिकात धुडगूस घालून जा.

३१.

ज्वार उभार, गर्भार
हिर्व्या पदराला जर,
निऱ्या चाळतांना वारा
घुसमटे अंगभर.

३२.

वाजते घुंगरू
पाणमळ्यात पाखरू,
— राजस देहाला
आले आभाळ पांघरू.

३३.

पावसाळी ऊन्ह
आणि रानभर धून
मोरपंखी सावल्यांनी
आभाळ गळून .....

३४.

पक्ष्यांचे लक्ष थवे
गगनाला पंख नवे
वाऱ्यावर
गंधभार
भरलेले ओचे,
झाडांतुन
लदबदले
बहर कांचनाचे,
भन वाजत गाजत ये, थेंब अमृताचे

३५.

ओटीपोटी भार
(जरा देह सकवार)
निथळत्या हुरड्याचा
अंगाला बहर.

हिवाळी पहाट
दाट पांदीतली वाट
(पोटी झाकले तरीही
झाडे हासती चावट).

३६.

— सरलं दळण
ओवी अडली जात्यात;
उभ्या जन्माचा उमाळा
कळ सोसून डोळ्यांत.

३७.

गारठ्याची रात्र, थंडाई हवेला
चांदण्याची झील ओल्या जोंधळ्याला;
दूर लखलखत्या दिव्यांनी गाव जागे
मी इथे कवळून माझ्या गोधडीला.

३८.

चिंब झाली पावसाने दूर राने
गर्दशी ओली निळाई डोंगराने;

मुक्त बेहोषीत आम्ही गीत गातो
वादळाचा देह आता झिंगल्याने.

३९.

ग्रासली झाडे दिशांनी नग्नदेही
कोरड्या डोळ्यांत आता थेंब नाही

– दुःख नागे.आसऱ्याला गाव नाही
चंद्र विझतो काजळी पाण्यात डोही.

४०.

जन्मापासूनचे दुःख जन्मभर असे
जन्मभर राहो, मला त्याचे न फारसे
साऱ्यांसाठी झाले उभ्या देहाचे सरण
सगेसोयरेही कधी जातात दुरून.
फुले वेचताना सुद्धा ओथंबते मन
जन्माचेच ओझे पोटी घट्ट लपेटून
– डोळे गच्च अंधारून, तेव्हा माझे रान –
रानातली झाडे मला फुले अंथरूण.

४१.

रूजे दाणा दाणा
जेष्ठाचा महिना
मातीतला
गंध ओला
चौखूर दिशांना
पाखरांचे पंख, आम्हा
आभाळ पुरेना

४२.

जिव्हाळ्याचा शब्द
असा गोड दिला
केशरात न्हाला, देह सारा

अंतरात आता
लक्ष लक्ष ज्योती
तुला शेजारती, पापणीत.

४३.

खोल बुडे प्राण
मरणाचे काठी
मला मी एकटी

मायबाई, माझ्या
डोळ्यांत काहिली
जळतांना ओली

४४.

पोपटी पंखांना
देठोदेठी कळ
भरले आभाळ
पापणीत

नंग्यांच्या वस्तीशी
माझ्या जन्मगाठी
नस्ता आटाआटी
जन्मभर.

४५.

पिंगट पिवळी ज्वारीतली पानं
हळदी उन्हात झुले चंद्रबन

संथ वाऱ्यातून हेलावते लय
पोक्तशा गढूळ डोळ्यांवर सय

सावरले तरी रुते पायी काटा
ज्वारीत मोडल्या जुन्या पायवाटा

४६.

भादव्याची उन्हे ऐन पोटऱ्यातली हिरमुसली राने
पाचोळा झालेल्या हिरव्या पानांचे करुणार्त गाणे
झाडांच्या रांगा निमूट एकलेपणात चिमणी खोप्यात
साऱ्यांचीच मने दुमडून निजलेली आपापल्या घरट्यांत
सायंकाळी परतल्या वाटांचे जडगहिरे डोळे
काळोख्या रात्री पांघरून निजलेले हाडांचे सापळे

४७.

करुणार्त हाकांनी ओथंबून ओघळते दयाघन आभाळ
डोंगरकठड्याशी घाटाशी झुकलेली मेघांची माळ
ओलसर शिवारभर ऊनसावल्यांची झिम्मड फुगडी
गुलहौशी पक्ष्यांच्या पंखांवर थरकली बरसात गुलछडी
दयाघन आभाळ ओघळता चिंबचिंब जास्वंदी उन्हे
पाऊस पाऊस आणखी पाऊस झेलताना झिंगून जाणे.

४८.

थेंब गळे ऊन्ह
पानांतून चंद्रबन
निळ्या सावळ्या मेघांचे
आभाळगोंदण

नभ आले घरा
चिंब झाडात शहारा
पक्षी ऊठून जाताना
थेंबांचा पिसारा

४१.

दिवा जळे दिवठणी
रांज काळीजकहाणी
भिंतीआड काळोखाच्या
डोळा ओथंबले पाणी

मिटे पंखात काळोख
घोर जिवाला लागणी
माय, वैराण वाऱ्याने
मन झाले धूळधाणी.

५०.

निघताना वेशीपाशी
डोळे भिजले गऽ माय
इथे गुंतल्या मायेची
ओटी भरलेली सय

वाटा गेल्या दूरदेशी
तरी मन घोटाळावे
कधी तुडुंब दुःखात
डोळे माहेराला यावे

५१.

ह्या झाडांचे रंग पेटले गर्द पोपटी झाले
पावसातले ऊन्ह शेंदरी पानांतुन ओघळले
रानामधले उनाड राघू घिरट्या घालित आले
फांदीवरल्या साळुंकीला डोळे मोडुन गेले

सांज सावळी घन आभाळी रान सावनी ओले
डोंगरातले मोर उधळुनी पिसाट उन्मन झाले
ओघळता घन अंग लपेटुन वेली झिम्मड झाल्या
रंगपेटल्या झाडांसाठी नग्न निरागस ओल्या

५२.

मृगाचे आभाळ
उतरले डोळा
मोरपंखी लळा

स्तनांवर नाचे
पावसाचा थेंब
मन ओलेचिंब

पायात पैंजण
कसा ताल धरू
गर्भात लेकरू

५३.

न्हात्याधुत्या पोरी
नदीकाठी धुणे धुती
भिजल्या साडीला
पुन्हा पुन्हा खोचू घेती

पाण्याला भरऽ ती
पायी निसरडी रेती
खोऽल बुडताना
नुस्ते पाणी पांघरती

पोरी न्हातीधुती
उन्हे पाण्यात पांगती

५४.

दुःख पेलण्याएवढे
बळ नाही डोळा
कडू काळ्या आवंढ्यांनी
भारावला गळा

दूरस्थ डोंगरी
गर्द वळचणीवाटा
जाईजुंईच्या देठाशी
विखाराचा काटा

कशासाठी देवा
तुझा असा अट्टाहास
कोवळ्या गर्भाला
जन्माआधी वनवास

५५.

नुकत्या न्हालेल्या केसांना
बांधू कसे बसे
जुन्यापुराण्या गोष्टींचे
पापण्यांना ठसे

वेणीच येईना
फुले माळल्या जाईना
रांगोळीच्या अक्षरांचे
शब्द बांधल्या जाईना

किती आवरू सावरू
डोईच्या गऽ पदराला
गाढ झोपला पाहुणा
त्याच्या अंगावर शाल
मी गऽ टाकली कशाला ?

आज सैरावैरा वारा
सारल्या जाईना
पाहुण्या डोळ्यांची बोली
टाळता येईना

५६.

नको पायात पैंजण
नको हातातले चुडे
वेडे, वेड पांघरून
स्वस्थ पांदीतली झाडे

अस्सा खडा टाकू आले
पाणी खोलात बुडाले
देहावरल्या रेषांना
नुक्ते गर्भारण आले

नुस्ते वेड पांघरावे
हिर्व्या वळचणी जावे
हूल पसरण्याआधी
पाप प्राणांशी जपावे

उन्हे उतरली बाई
सांजपरतीच्या वाटा
आयाबायांशी बोलता
उगा होईल बोभाटा

५७.

मी असा बेहोष गाताना अवेळी
येथल्या मातीतली पुण्ये उदेली
लख्ख लखलखले नवे चैतन्य भाळी
येथल्या झाडांतली मज झिंग आली

झिंगलो मी झांझ झुलते झाड झालो
मेघमल्हारातला आषाढ झालो
भाग्य ऐसे चांदणे दारात माझ्या
मोतिया मिरवीत मी शिरताज प्यालो

मी म्हणालो : हे न माझे एकट्याचे
बांधिले मी पुण्य तुमच्या पावुलांचे
पाहिले डोळ्यांत त्यांच्या मी कितीदा
सोयरे माझे अचानक दूर झाले

मी इथे दूरस्थ चुकली वाट माझी
चांदणे कवळून गातो शुष्क ओठी
भोवती खोट्याबखेट्या गलबतांना
पाहताना चंद्र हे करपून जाती

पाखरे रानावनांतून येथ आली
भोवती माझ्या फुलांची शेज ओली
पेटल्या डोळ्यांतल्या ओल्या उन्हाला
जोखता पंखांत मजला नीज आली

५८.

घन ओथंबून येती
बनात राघू घिरघिरती
पंखांवरती
सर ओघळती
झाडांतुन झडझडती

घन ओथंबुन झरती
नदीस सागरभरती
डोंगरलाटा
वेढित वाटा
वेढित मजला नेती

घन ओथंबुन आले
पिकात केसर ओले
आडोशाला
जरा बाजूला
साजण छेलछबेला
घन होऊन बिलगला

५९.

आज उदास उदास दूर पांगल्या सावुल्या
एकान्ताच्या पारावर हिरमुसल्या डहाळ्या
काही केल्या करमेना
कसा जीवच लागेना
बोलघेवडी साळुंकी
आज शब्दही बोलेना
असा रुतला पुढ्यात भाव मुका जीवघेणा

चांदण्याची रात
रात जळे सुनी सुनी
निळ्या अस्मानी तळ्यात
लाख रुसल्या गौळणी
दूर लांबल्या वाटेला रुखीरुखी टेहाळणी
लांब गेले घरधनीऽ लांब गेले घरधनीऽ

६०.

राजसा
जवळी जरा बसा
जीव हा पिसा तुम्हाविण बाईऽ
कोणता करू शिणगार सांगा तरी काहीऽ

त्या दिशी करुनि दिला विडा
टिचला माझा चुडा
कहर भल्ताच
भल्ताच रंगला काथ लाल ओठात
खुळी ही जात

ह्या तुम्ही शिकविल्या खुणा
सख्या साजणा
देह सकवार
सोसता न येइल अशी दिली अंगार

मी ज्वार
नवतिचा भार
अंग जरतार
ऐन हुरड्याऽत
तुम्ही नका जाऊ साजणाऽ हिवाळी राऽत

६१.

गोऱ्याऽ देहावरतीऽ कांती नागीणीची कातऽ
वेडे झालोऽ आम्ही द्यावी एकादीऽच राऽत

तुझ्या रूपाचं बाशिंग डोळ्याऽत
तुझ्यावाचून सुन्नाट दिनरात

दारी मोर नाचती
आभाळ भरऽती
अस्सं एकादं पाखरू वेल्हाळ
ज्याला सामोरं येतंऽ या आभाळ

अशी बोल बोलऽती
जग पंखांत घेती
अस्सं एखादं पाखरू वेल्हाळ
ज्याच्या भांगात बिंदीचा गुल्लाल

याला काय लेऊ लेणं
मोतीपवळ्याचं रान
राती चांदण्यारानात शिणगाऽर
सारी दौलत जरीच्या पदराऽत

६२.

गडदनिळे आकाश उतरते
गडद समुद्री निळ्या
क्षितिज कोठले वाटा कुठल्या
दिशाच रातांधळ्या
तशी भुलावण व्हावी
अवघे लीन असावे जिणे
शब्दांमधले अर्थांमधले
एकसंध चांदणे

६३.

दुःख दे अवकाशव्यापी नेत्र माझे
बुब्बुळे जळलीत जळले चंद्र माझे
ना अता उरला कशाला खेद चित्ती
नग्न भटक्या काफिराला शाप दे

६४.

मी माझ्या मुलुखात नांदतो ऐश्वर्याचा राजा
इथल्या मातीमधे रुजविल्या चैतन्याच्या बागा
इथले रानोमाळ सघन घन पसरित हिरवी द्वाही
झुलत झुलत मस्तीत बुडाले गाणे आणिक मीही

६५.

संसार पाठीशी बांधून निघाली
गरीबी
दुष्काळात
प्रत्येक गावकोसात वाळल्या झाडांचे वैराणपण, एकले
नशिबाहूनही.
कोणीही पदरात देणारे नाही दान
कष्टाचेसुद्धा.

फाटक्या गोधडीचे गाठोडे बांधून लेकरांसाठी
वैशाखी उन्हात रानात रडणारी दुपार एकटी.

६६.

पाऊस अल्लद
स्वप्नातल्या हिनकळत्या सावलीसारखा.
दिवसाआधीच्या झांजरझापीतला.
झाडांच्या फांद्यांवर, थेंबथेंब पानांवर
अल्लद स्वप्नातला पाऊस झोपेतला.

पाऊस पक्ष्यांच्या पंखांवर निसटता
हलका, हेलकावता, थेंबाथेंबीचा
पिवळ्या जर्द पहाटेच्या
अंगणात पाखडल्या चिमण्यांच्या
चिवचिव चोंचीतल्या गाण्यातला.

पाऊस चढतीचा
आषाढ गढतीचा
दुपारच्या निःशब्द तळ्याच्या पाण्यावर
संथ सरपटता
केतकी कबूतरी पंखांच्या दाटीत
गर्भार गढतीचा — पाऊस चढतीचा.

पाऊस उतरत्या सांजेच्या काळोखात
गडदगर्द गहिरा
डोंगर कठड्याशी झिंगून काजळी काळोख पिणारा
निमूट झोपलेल्या खोऱ्याखोऱ्यांवर
विक्राळ बरळता मदमस्त पाऊस.

पाऊस रात्रीचा
कभिन्न — माध्यान्ही
धसमुसळा, काळा, वैऱ्यासारखा.
उद्ध्वस्त डोळ्यांतल्या सांदीसांदीतून
खिंडार पाडणारा.
विजेच्या विळख्यांनी वेटाळत जाणारा . . .
— सर्पाहून गहिरा.

६७.

पक्ष्यांची भाषा कळली नाही कधी
पण डोळ्यांच्या बरहुकूम
चिवचिव शब्दांचा अर्थ लावत गेलो.
– असेच काही थोडे तिच्या शब्दांचेही झाले.

नदीच्या पाण्यात कवडसे हालले
हिर्व्या पानजाळीतले. अगदी एकाएक
तिचे डोळे लखाखले. तिने विचारले –
त्या ऊनसाउल्यांचे अर्थ – तेही डोळ्यांनी.

मला सवय झाली होती
म्हणून मीही शब्द वापरले नाहीत.
माझ्या डोळ्यांच्या तळ्यात
मोरांचा पिसारा. थुईथुई पाउलांचा
हालत्या हिरव्या पानजाळीसारखा.
तिला अर्थ विचारला, मीही डोळ्यांची
पापणी उडवून.
तिला बेमालूम थर्थरी आली मोरणीसारखी.

•

ती गाणे म्हणाली शब्दांशिवायचे
पाण्यावरल्या ऊन-साऊल्यांचे
तळ्यात बुडताना
पंख मिटून गेले दोघांचे
– अलवार थोडे शब्द तिचे पाखरांसारखे

६८.

आई अपरात्री उठायची
आणि जात्यावर बसायची
फाटक्या लुगड्याला गाठी बांधून
अंग झाकून घ्यायची.

इतक्या अपरात्रीही गाणं म्हणायची
मंद फिक्या आवाजात
काळोखात वितळून जायची.

मी भुताडासारखा ओरडून उठायचो
भयाण रातीला आईला बिलगायचो
आई कुरवाळीत बसायची
घामेजल्या अंगाची
मला कडकडून कवटाळून घ्यायची
रात्रभर थोपटून गाणं म्हणायची.

मला काहीच कळेना
तरीही आईला मी विचारीत असे
ती कशानं रडते
जग झोपल्यावर एकली कधी अपरात्री दळते ?
आई गलबलून यायची आभाळासारखी
मला कुरवाळत बसायची. दाट काळोख्या रात्री
आई कशासाठी रडायची मला कळलंच नाही कधी
सबंध आयुष्याचं पीठ झालेलं. तिच्या
अंगावर सुरकुत्या तेवढ्या दुःखाची बरबट
अंगावर ग्रासून टाकणारी.
सगळं घरभर असताही कधी
वेडेपणा करायची.
तिला वाट्टेल त्या रात्री जात्यावर बसायची
जुन्याच ओव्यांचे दारिद्र्य पांघरायची.
लक्तरांसारखी.

सगळे आईला शिव्याशांप देत
झोपेतून उठताना.
माझे डोळे तसेच किलकिले
तिच्या सुरकुत्या हेरताना.

एकदा आई गाणं म्हणाली काळीज कापणारं
लक्तरलेलं, जुन्याच शद्बांचं
मी थांबवलं तिच्या थरथर हातांना.
शेवटलं गाताना. जातं थांबवून
ती सांगून गेली त्या ओवीचा अर्थ
थर्थरत थोडी कानाशी माझ्या
शपथ घालून माझ्या राघू चिमण्यांची, देवादिकांची
माझं काळीज प्रचंड फडफडलं तिचं गारूड ऐकताना
तिच्या प्रेताच्या सापळ्यात उन्मळून रडताना.

मायबाई, हे तुझ्यातलं गूढ
कशाला सांगितलंस शेवटाला बाई ?
तू हे तळघर निष्कारण फोडलंस
सगळी दीपमाळ थरथरून गेली
तुझ्या ओवीभोवती
तुझी पुण्याई माझ्या शद्बांना सायीसारखी
निबिड काळोखात ढकलून गेलीस
शेवटल्या क्षणी.

तुला नाही कसे म्हणू ? मृत्यूनंतरही
तुझ्या गाण्याची लकेर माझ्याही शद्बांना
मृत्यूपर्यंतची.
डोळ्यांच्या निबिड तळघरात बुडणारी.

६१.

पांगलेला पावसाळा, वाट भरलेली धुळीने
मोडक्या फांदीस घरटे, वाळलेली शुष्क पाने.
दूर गेल्या पायवाटा डोंगराच्या पायथ्याशी
पंखमिटल्या झोपड्यांचे दुःख कवटाळे उराशी.

फाल्गुनाचे पळसओल्या रक्त झडलेल्या फुलांचे
फाटक्या काळ्या भुईला जहर ऊसलेल्या उन्हाचे
हे जिणे वर्षानुवर्षी, काजळी काळी पिकाला
पापण्यांच्या कातळाशी खोल विझला पावसाळा.

७०.

कुठे पावसाळी झड पाऊसगारवा
पारोश्या दुपारी थोडा हवेत ताजवा
बगळ्यांचा थवा माळ ओळून पंखांची
तळ्यातल्या मेघुटांचे थेंबथेंब वेची
पाण्यातल्या झाडांवर तरंग थेंबाचे
सावल्यांचे पंख ओल्या हळदी उन्हाचे
पारोश्या दुपारी तळे एकान्ताच्या पारी
घुटमळे पायवाट गर्दीत झांबरी .....

बगळ्यांचा थवा
गेला उडून रानात
तळ्याकाठी थेंबाथेंबी
झाडाच्या पानांत.

७१.

शद्बांत गोठले दुःख, शद्ब अलवार
ग्रासली उन्हे झाडांना हिरवा भार.
काळीज कुरतडे खोल मुका आकान्त
घनघोर मनाच्या तळ्यात चंद्रविखार.

हा अथांग दरिया दुःखांची बारात
आयुष्य उधडले लक्तरलेले हात.
ही पिसाट दुःखे नसो कुणी भवलाली
मी मरवठ भरला लाल मातिचा भाळी.

७२.

हे खेडे अंधाराचे
हे खेडे प्रकाशाचे
जन्मोजन्मी लक्तरलेले
दुःख घेऊन चालत आले.
मर्तिकाच्या दुःखापरीस
पांघर घालून आयुष्याची
लखलख उन्हात न्हाऊन धुवून
बरसातीला गाणे गाते.

हे खेडे मोरापरीस
मेघांसाठी थिरकत जाते
ढेकळांच्या गर्तेमधून
मृगामधले गाणे गाते.

— माती नवा जन्म घेते.

७३.

मन चिंब पावसाळी.झाडांत रंग ओले
घनगर्द सावल्यांनी आकाश वाकलेले

पाऊस पाखरांच्या पंखात थेंबथेंबी
शिडकाव संथ येता पाने निळी कुसुंबी
घरट्यात पंख मिटले झाडांत गर्द वारा
गात्रांत कापणारा ओला फिका पिसारा

रानात एककल्ली सुनसान सांजवेळी
डोळ्यांत गल्बताच्या कुठल्या उजाड गावी

– मन चिंब पावसाळी घरट्यात मोडलेले
घनगर्द सावल्यांनी आकाश वाकलेले

७४.

नभ उतरू आलं
चिंब थर्थर ओलं
अंग झिम्माड झालं
हिरव्या बहरात.

अशा ओलस राती
गळा शपथा येती
साता जन्माची प्रीती
सरलं दिनरात

ओल्या पाण्यात पारा
एक गगन धरा
तसा तुझा सहारा
सोडून रीतभात

नको लाघट बोलू
उभं आभाळ झेलू
गाठ बांधला शालूऽ
तुझ्याच पदरात.

७५.

पीक करपले
पक्षी दूरदेशी गेले
गळणाऱ्या झाडांसाठी
मन ओथंबले

७६.

अजिंठा
अजिंठा निर्मळ वाघूरच्या प्रवाहात
काठाकाठातला
झाडांच्या देठातला
रंगभोर शिडकावा गोंदवून बसलेला.
अजिंठा
झाडांचा
झाडांच्या झुलत्या प्रवाही गाण्यातला.
लेणापूर फरीदापूरच्या गावंढळ गर्तेतला.
बंजारा वस्तीच्या होळीच्या थाळीवर थिरकत गेलेला
अजिंठा.
पिवळ्याजर्द शेतातल्या पिकातला
बारादरीतला
काळ्याभोर दगडातला धबधबा झेलणारा.
अजिंठा
अद्‌भुत भव्य दिव्य स्वप्नातला
प्रतिभावंतांच्या छिन्नीछिन्नीतला
जगड्व्याळ चिरंतन नाजुक रेषांमधला
रंगांचं आभाळ साठवून दगडांवर
कभिन्न कातळातलं जगभरचं दुःख
घोटवून निर्यमक बुद्धाच्या कहाणीत
शांत सचेतन
पद्मासनातल्या गाभाऱ्यातला.

७७.

अजिंठा
पेटलेला लालजर्द
काळ्या जांभळ्या रक्ताच्या
लालजर्द लाटा दूरवर झाडांतून
पहाडातून एका अवसेच्या राती
वणवा पेटलेला
काळाभोर अजिंठा काळ्या फत्तरांचा
काळी रात्र आणखी घटोत्कच गुंफांकडून
अजिंठा गुंफांकडे येणारा ज्वालांचा प्रवाह.
एका रात्री गिल वणव्यात भेदरलेला.

अजिंठा
निष्पर्ण झाडांचा
सुनसान एकला
पाचोळा झाडांच्या पावलांशी विकल
सळसळ क्षीण पार विस्कटलेली.
उंच उंच पहाडापार गेलेली

झाडं सागवानी निष्पर्ण
घेरी घेणारी प्रचंड अवकाशात
एकटी घार. अपार अथांग अजिंठा.
त्याच्या सुजलेल्या डोळ्यांच्या
काळ्या कातळावर एक कलेवर
त्याच्या उलटया काळजाचे
लंडनमधल्या आर्ट गॅलरीचे
अजिंठा
भस्मसात
निळया डोळ्यांत

गिल दगडांशी . . .
अजिंठा लेणीतल्या पहिल्या गाभाऱ्यात
थकल्या पावलांनी चढतो
त्याच्या डोळ्यांत उतरू लागतात ते रंग
ती पाठमोरी बाई . . .
अंबाडा
शुभ्र पिवळी फुलं.
भिक्षापात्रातला बुद्ध आणखी यशोधरा
तो किंकाळी फोडतो प्रचंड मोठ्यांदा . . .
गाभाराभर सबंध
पारूचा आवाज.
गिल घाबरतो.
एकटाच.
त्याला भुताडासारखा भास होतो
प्रचंड उंचीच्या गौतम बुद्धाच्या
पावलांशी आपोआप कोसळून पडतो.

७८.

हे दयाघन आभाळा
तुझा काळानिळा शिरताज एकदा डोक्यावर घे
झाडून टाक मनातलं सगळं खळखळून एकदा मोठ्यांदा
क्षमा कर मनापासून ह्या देशातल्या दुबळ्यांना
भरभरून पावसातून
उभा राहू दे हा देश
ही माणसं
चिडीपाखरं
घरट्यातून जगू दे सुखानं, समाधानानं
अंधारातून पुन्हा प्रकाशाकडे जाण्याचा
तुझा चिरंतन आशीर्वाद दे.

घुंगुरांच्या तालावर पेरणी होईल शिवारभर
हारीहारीवर दीप उजळतील बांधाबांधावर
घराचे उंबरठे हिरव्या चुड्यांनी अंगण सारवतील,
रांगोळी काढतील.
ढेकळांच्या गर्तेतून मातीचा सुगंध ओसंडून उन्मळेल.

पिंपळपारावर
नदीनाल्यावर
पक्षी येतील समुद्र सोडून
गातील गाणं राष्ट्रगीताएवढं सुन्दर, शुभंकर

तुझं एकट्याचं येणंही पुष्कळ
बाकीचं काहीच मागणं नाही कुणाजवळ

७९.

सरली बाई बरसात
पिकातुन
बहरून आली रात
झुलत झुलत झाडात
हालते
नभ आले दारात.

झिळमिळ झाल्या पाउलवाटा
लाटा हिनकळल्या पाण्यावर
कुठे हरवले डोळे नकळे
हिंदोळ्याच्या आभाळावर
मेंदीभरले हात.

चिमण्या भिरभिर उडून गेल्या
अंगणातले दाणे वेचुन
त्यांच्या पायखुणांची नक्षी
अंगणातल्या रांगोळीतुन
पंख नवे घरट्यात.

पक्ष्यांच्या पंखांवर आले
रानामधले रंग उन्हावर
गाण्याच्या मस्तीत सये गं
शब्दाचे झुलणारे अंबर
झिंग नवी प्राणात.

८०

नक्षत्रांनी नभ भिजलेले.
भिजलेले झाडातिल पक्षी
पंख पांघरुन
नदीकाठच्या
गर्तेतुन गवताच्या पिवळ्या
– क्षण ओथंबुन
खडकावरती
नदीकाठच्या

सैल तिच्या केसांवर पाऊस

नितळ शुभ्रशा
पाठीवर पारंबी पिवळ्या
ऊन्ह उतरते.
न्हाताना
हळुवार तिच्या अंगांची थरथर
बावर, सावरल्या अंगावर.
प्रतिबिंबातुन
लदबदल्या
झाडाची सळसळ
नक्षत्रांनी
नभ भिजलेले
भिजलेले झाडातिल पक्षी.

८१.

पिवळेसे ऊन्ह
गंधगर्भारले मन.

उस्करून माती
भिर्र चिमण्या उडून
पावसाच्या पंखांतले
थेंब पांघरून.

चिमण्यांचे निळे डोळे
नभाच्या कपारी
आभाळ झेलून पुन्हा
आलेले माहेरी.

निथळते अंग
सावरता झाडातून
पावसाला डोळे आले
गर्द पानातून.

चिमण्या भिजून
गंधगर्भारले मन.

८२.

देखण्या डोळ्यांचे
तिचं डोळपण
अंबारीत आले

पापण्यांचे काठ
मोडून आभाळ
भैरभैर झाले

डोळे बेमालूम
अल्वार पायांनी
संथ ऊतरले

तळ्याच्या काठाची
मुलायम नक्षी
विस्करून गेले

निळेभोर डोळे
उतरता खोल
पेटले समस्त

शब्दाशिवायच्या
मंदार बोलीची
आभाळाला गस्त

डोळ्यांनी हालता
हलावे अंबर
ऐसे बेगुमान

ऐश्वर्याचे डोळे
गल्बलून ओले
थेंबात मिटून.

८३.

बोटातला स्पर्श
हर्ष अंगोपांगी
नको तेही सांगी.

सांगताना थोडा
डोळ्यांना थरारा
वाटा सैराभैरा.

सैरभैर साऱ्या
समुद्राच्या लाटा
आभाळाच्या काठा.

काठावरी गर्द
पेटलेला जाळ
चांदणे नितळ.

८४.

पोपटांच्या पंखांवर पिवळेसे रान
सूर्यफुलांचे लखाख ऊन्ह पांघरून
भिजलेल्या पानांवर हेलावती लय
मातीवर सांडलेली समृद्धीची साय

यारे यारे पाखरांनो दाणे वेचताना
दिगंतरा जाता जाता आशीश देताना
थेंब थेंब ओलसर ओल्या आभाळाचे
घेऊनिया मृगासाठी आमुच्या नावाचे

८५.

काळ्या तांबड्या मातीचा
टिळा दगडधोंड्यांना
आम्ही भरला मरठ
हिर्व्या बिलोरी झाडांना

येता पावसाळी झड
न्हाली गुलालात माती
पंख पिवळ्या पानांत
थेंब थेंब झाले मोती

मोतियाचा मरवठ
कळा भोगल्या भुईला
किती वर्सांनी मिळाली
ओटी फाटक्या दुःखाला

येऊ देगा पीकपाणी
जन्म दुःखांच्या कारणी
सोनसळी मातीतला
गंध भरू दे अस्मानी

काळ बर्बट जळोनी
गंगा वाहू दे निर्मळ
लाख चांदण्या गोंदून
कधी भरू दे आभाळ

गोदा गंगोत्रीचं पाणी
झालं पावन दांडात
काळ्या गर्भार भुईला
स्वप्न पडे चांदण्यात.

८६.

जन्माला आमुच्या काजळी दुःखाच्या वेदना
सांभाळ अता करुणाघना विझणाऱ्या ह्या मना

इवलेसे सुख घेताना
पदरात रिता संसार
घरट्यात चिमण चोचीने
वेचिले दुःख अनिवार
घरटेच विस्कटुन जाताना मी धुण्डावे कुणा.

ती रिती झोळणी हलता
हलते काळीज घराचे
अंगाईमधल्या ओळी
ह्या घरभर घिरट्या घेती
मी वणवण वाटा धुण्डते तू रस्ता सांग ना

उद्‌ध्वस्त दूर वाटेला
काळोख पिंपळावरती
देवळातल्या गाभारी
मन दाटुन येते भारी
तुटलेल्या पणतीभोवती तेजाची वंचना

८७.

गडद जांभळं
भरलं आभाळ
मृगातल्या सावल्यांना बिलोरी भोवळ
खोलवरी चिंब बाई मातीला दर्वळ

मातीला दर्वळ
निर्मळ पाण्याला
झाडांच्या गाण्याला बाई मखमली झीळ

सांजेच्या मलूल
धुळवळ वेळेला
भरल्या पदरानं झाकावी भूल

बिलोरी हातांना
मोराचं गोंदण
चांदण्याचं बन बाई पेटलं पाण्यानं
जांभळीच्या झाडाला गड सांगावा शकून.

८८.

दूरच्या रानात
केळीच्या बनात
हळदिवे उन्ह गर्द
पिवळ्या पानांत.

झिळमिळ झाडांच्या
झावळ्या दाटीत
पांदीतली पायवाट
पांगली पाण्यात.

झुलत्या फांदीच्या
सावुल्या पाण्यात
काचबिंदी नभ उभं
सांडलं गाण्यात.

लखलख उन्हाची
थर्थर अंगाला
हरवल्या पावलांची
कावीळ रानाला.

दूरच्या रानाला
लागिर उन्हाला
पारंबीचा झूला गेला
झुलत नभाला.

८९.

उभा आषाढ सरपटता फिक्या गंधार वाटांनी
सरकत्या सावुल्या ओल्या ऊन्हाला चिंब बिलगोनी
पोकळ्या सैलशा गाठी सैलसे केस होताना
उन्हाच्या नग्न कांतीला निळ्या रेषात जळतांना
जळोनी ओठ ओठांशी स्तनांशी लक्त मांड्यांशी
विजेची गर्दशी ज्वाला दिशा व्यापून अवकाशी
कसागऽ चंद्र चवथीचा उभा आषाढ भवतीचा
सये प्राणांत बुडताना कळेना अर्थ शद्बांचा.

१०.

चिंब पावसानं रान झालं आबादानी
झाकू कशी पाठीवरली चांदण गोंदणी.

बिलक्लं ऊन्ह मन झालंया मोरणी
रानोमाळ सर्व्या हिर्व्या पाखरांची गाणी.

राजा तुझे हात माझ्या हातात गुंफोनी
उन्हात चांदणं आलं लाज पांघरोनी.

तुझ्या डोळ्यांच्या सांदीत सावल्यांची राणी
पाण्यामंधी झिम्मा झालं आभाळ अस्मानी.

पिकातून पाखरांचा धिंगाणा मनमानी
केसरात न्हाली कोणी मैना गोजिरवाणी.

११.

माळ्याच्या मळ्यात न् मैना नाजुक एकली
जाईच्या फुलाची न् बाई काचोळी गुफली ॥
चंद्र माळून मोकळ्या केसांत
रात सजली उन्हाच्या ऐन्यात ॥ धृ० ॥

मऊ नाजूक लेणं
पाणी पितं डवऱ्यानं
बिंब हालत तळ्याच्या पाण्यात
अंग झाकेना झांबळ्या रानात ॥

तळ्याकाठी हलक्यानं
मोर पंख ऊभारून
दाट दर्वळ केतकी बनात
गीत गुंतलं मेंदीच्या पानात ॥

ओलं मेंदीचं रान
देठोदेठी गोंदण
पंख पांघरू आल्या आभाळात
रात मावेना जास्वंदी डोळ्यात ॥

१२.

पुन्हा पुन्हा सावरून
लिपझाप करते भिंतीची
कलून गेलेल्या छप्परानजीकची.

चुलीतल्या ओल्या गोवरीला
पुन्हा पुन्हा फुंकर घालते
डोळ्यांतल्या ओल्या पाण्यासारखंच
आयुष्य नकळत वाहून गेलेलं.

काळ्याभोर धुराड्यात
तिच्या डोळ्यांत निःशब्द कहाणी
आणि वाटा दूरवर गेलेल्या
तिच्या आयुष्यासारख्याच अनवाणी.

गजबजलेलं गाव
ती गावभर एकटी.

९३.

थरथरती पणती दिवाभीत काळोखी
हे भूत कुणाचे अनहत माझ्याभवती

माउली फिरे जात्यातुन घरघर थोडी
दुःखाची विटक्या डोळ्यांतुन नामाडी

भिंतीशी थकले शरीर थरथर पणती
असहाय शद्ब निर्जीव भिताडावरती

जात्यात, पिठावर लाल थेंब कुंकाचे
ओवीत गोठले रक्त मुक्या शद्बांचे.

१४.

जुन्या मंदिराच्या चिराखंड झाल्या
दिवे लागणीला उरी कापरी
वृंदावनाशी जुनी जीर्ण पाने
सुने झाड निष्पर्ण ओटच्यावरी.

कुठे गाईच्या हंबराला न पान्हा
मुकी आंधळी सांज वेशीवरी
थंडावल्या प्रार्थना मंदिराच्या
कुठे झांज ना टाळ पारावरी

तळे चांदण्यांचे डहोळून गेले
डहोळून गंगा नि गोदावरी
कुठे हे अरण्यातले राजरस्ते
नेतील नेवोत फासावरी.

१५.

खुळ्या मोडक्या खेड्याचे डोळे गळू आले आता
झाडातून उदासल्या पार धुव्वाधार वाटा ॥

स्वाती नक्षत्रांची गेली सारी आबादी सरून
माणसांच्या भेटीमंधी आले रूखे मुकेपण ॥

खोप्यातला सावरून चिडीपाखरांचा तांडा
नुस्ता जगण्याला आला कारुण्याचा भोगवटा ॥

ओरबाडे सोसताना रानोमाळ ओला स्वर
तरी गिर्रेबाज आज खोट्या नशेत गुबार ॥

पाठीवरी नित्य ओझे रस्ते दूरचे उन्हात
सांगणेही संपलेले तरी डोळे भिजतात ॥

खेडोपोडी मोडलेल्या कुणब्यांचा गर्भवास
तुका ऊडून जाताना देहू निरभ्र उदास ॥
पंढरीला लागे धस ॥

९६.

वाकडे झाड उद्‌ध्वस्त जुने देऊळ
साचले तळे काठाशी रंग गढूळ
पांदीचा रस्ता दूर सुन्या घाटाशी
सांजेचे वळते पाय देवळापाशी.

ती दिवा लावते देवळात थरथरता
रोजचा, गडद पदरात थोपवुन वारा
ती मुकी एकटी दिवाभीत रातीला
वाकडे झाड निरखते तळ्यातिल पारा.

प्रतिबिंब दिव्याचे पिंगट काळेशार
लालजर्द त्याचे तरंग दरियापार . . .
ती निघे एकटी गूढ तिच्या डोळ्यांना
काळजात हलता दिवा, पदर घेताना.

१७.

कधी काळी चिमण्यांना दाणे टाकलेले
अजूनही भिरीभिरी पंख दारी आले
दूरदूरच्या देशींचे अनोळखी कोणी
माझ्या शब्दांपाशी घर बांधोनिया गेले

भल्यासाठी खेड्याच्या ह्या आख्खे काही केले
भरलेल्या आयुष्याचे क्षण त्यांना दिले
पाहिले मी माझ्यासाठी फास बांधणारे
ज्यांना माझ्या भाकरीचे अर्धे घास दिले.

खेड्याकडे चला, कोणासाठी कशासाठी ?
अडाण्यांच्या हाती जोर, काळीभोर काठी
त्यांच्या पडसावुलीत लांडग्यांचा तळ
शुभ्र स्वार्थासाठी केली माणसे गढूळ

कोणी मरो तरी ह्यांच्या आसनांचा खेळ
महात्म्याच्या गाथेखाली पेटविला जाळ
ह्यांच्या करणीने सत्य छिन्नभिन्न झाले
भर पावसात उभे गाव ओस झाले

कुठे शोधावा माणूस रिते कोस कोस
दूर गणगोत माझे शब्दही उदास
देवळात मंद दिवा काळोखाच्यापाशी
ओठातली ओवी गेली विझून शब्दांशी.

१८.

घेतली होती सुपारी हे मढे रक्ताळण्या
त्या गढीची भिंत काळी जेथ होत्या चांदण्या
दुःख वाटुन घेतले प्राणापरी ज्यांच्या घरी
पेरले धनधान्य तेथे वाढल्या विषवल्लरी

भरदिसा स्वप्नात सच्चे भूत परवा भेटले
अस्तनीतिल सर्प काढुन खदखदा ते हासले
थाबला वारा थरारा थांबलेली भोवरी
दाट अंधारी गढीच्या चेटलेली गोवरी

ओस पडलेल्या गढीचा राजरस्ता पोरका
नांदणारी जेथ होती कांचनाची द्वारका.

९९.

मोडलेल्या माणसांचे दुःख ओले झेलताना
त्या अनाथांच्या उशाला दीप लावू झोपताना ॥

वाहताना भार त्यांचा जाहले गणगोत त्यांचे
कोणते नाते कळेना बांधले आयुष्यभरचे ॥

दुःखभिजले वेचताना झोपले काटयावरी जे
आपुल्या साऱ्या सुखांचा जाळ पोटी जाळताना ॥

माणसांची श्वापदे लावून बसलेली कवाडे
हे पवाडे गात फिरले झोपडयांच्या गल्बतांना ॥

जातिधर्माची महत्ता बंद जेथे राजरस्ता
फाटक्या बाहीवरी जे झुंजले सूर्यास्त असता ॥

कोणती ना जात ज्यांची कोणता ना धर्म ज्यांना
दुःख भिजले दोन अश्रू माणसांचे माणसांना ॥

प्रार्थना त्यांना म्हणू ह्या ओंजळीने काय द्यावे
धुंडती आकाश जेथे त्या धुळीच्या माणसांना ॥

१००.

पाणी पाणी पाणी आणि पाणी पाणी पाणी
पाण्याविना दाहीदिशा आम्ही अनवाणी ।

सोडोनि संसार गेले देशांतरा कोणी
तळे मळे ओस झाले पाण्याच्या कारणी ।।

कुठे ना ओलावा कोणा सांगावी कहाणी
कबीराचा दोहा आता 'जगण्याकारणी' ।।

सांगावी वेदना कोणा ऐकेनाच कोणी
त्यांच्या आसनाला नाही दुःखांची लागणी ।।

लाख येवो मोर्चा ह्यांची मात्र पूजाअर्चा
राज्य बुडो आले तरी वांझोटीच चर्चा ।।

चर्चा फार झाली आता सोसेना काहिली
भित्र्या स्वातंत्र्यात आम्हा माय कशी व्याली ?

मरो आलो तर शद्ब आमुचा निष्पाप
बथ्थडल्या कातडीला लाचारीचा लेप ।।

फोडोनि पाषाण फुटे धरणीला पान्हा
असे काही शास्त्र, परी सारथी हेंगाणा ।।

तुझाच उमाळा, भरू येई रे आभाळा
सावरू दे थोडे, खुर्च्या करू चोळामोळा ।।

पाणी पाणी पाणी आणि पाणी पाणी पाणी
पाण्याविना सैरावैरा आम्ही अनवाणी ।।